தூய்மை தொடங்கும் இடம்

(பொதுக் கட்டுரைகள்)

தூய்மை தொடங்கும் இடம்

(பொதுக் கட்டுரைகள்)

என். சொக்கன்

Title: Thooymai Thodangum Idam
Author's Name: N Chokkan

Published by ZDP Specifics

(An imprint of Zero Degree Publishing)
No. 55(7), R Block, 6th Avenue,
Anna Nagar,
Chennai - 600 040

Website: www.zerodegreepublishing.com
E Mail id: zerodegreepublishing@gmail.com
Phone: 89250 61999

ZDP Specifics First Edition:May 2023
ISBN: 978-93-95222-16-7
TITLE NO ZDPS: 56

Cover Design & Layout: Vijayan, Creative Studio

உள்ளே

முன்னுரை

நம்மைச் சுற்றி நடக்கிற ஒவ்வொன்றும் நமக்குப் புதிய விஷயங்களைக் கற்றுத்தருகின்றன. சிறுவயதில் நாம் அவற்றை வியப்புடன் பார்க்கிறோம், கற்றுக்கொள்கிறோம். வளர்ந்தபிறகு, அந்த வியப்பு குறைந்துவிடுகிறது, மிகப் பெரிய அதிசயம் நடந்தாலன்றி மற்றவற்றைப் பொருட்படுத்தாத வல்லமையை(?) வளர்த்துக்கொண்டுவிடுகிறோம்.

மக்களுக்குச் செய்திகளில் இருக்கும் ஆர்வம் அந்தச் செய்திகளைத் தொகுத்துப் புரிந்துகொள்வதில் இல்லை என்பது எனக்கு எப்போதும் வியப்பைத் தருகிற முரண். *Connecting the dots* எனப்படும் இந்தத் திறன் நமக்குப் பல வெளிச்சங்களை அளிக்கவல்லது. அதைக் கற்றுக்கொள்ளாதவரை வெறும் செய்திகள் அப்போதைய சுவையைத் தாண்டி எந்த நன்மையையும் தருவதில்லை. இதனால், அவ்வப்போதைய நிகழ்வுகளின் திரட்சியைத் தொகுத்து என்னுடைய பார்வையில் பதிவுசெய்வது என்னுடைய வழக்கம். அப்படிக் கடந்த ஐந்தரை ஆண்டுகளில் *(2017 ஃபிப்ரவரி முதல் 2022 நவம்பர்வரை)* நான் பல்வேறு அச்சு, இணைய இதழ்களில் எழுதிய பொதுக் கட்டுரைகளின் தொகுப்புதான் இந்த நூல்.

இவற்றில் பெரும்பாலான கட்டுரை அவ்வப்போதைய செய்திகளை அடிப்படையாகக் கொண்ட சிந்தனைகள்தாம் என்பதால், தகவல்கள் பழையதாகியிருக்கலாம், முற்றிலும் மாறியிருக்கலாம். எனினும், ஒரு காலப் பதிவு என்றமுறையில் இவை முக்கியத்துவம் பெறுகின்றன. அத்துடன், இதன்மூலம் பெறும் வெளிச்சங்கள் என்றைக்கும் பொதுவானவை, *History Repeats Itself* என்பதற்கு நாம்(மனிதர்கள்)தான் காரணம்!

இந்தக் கட்டுரைகளுக்கு இடம் அமைத்துத் தந்த பல்வேறு இதழ்களின் ஆசிரியர்களுக்கு என்னுடைய நன்றி. இவற்றைத் தொகுத்து வெளியிடும் ‘ஸீரோ டிகிரி’ குழுமத்துக்கும் நன்றி. இந்நூலைப் படித்து, பரிசளித்து, பகிர்ந்துகொள்ளப்போகும் உங்களுக்கும் நன்றி.

என்றும் அன்புடன்,
என். சொக்கன்,
பெங்களூரு.
nchokkan@gmail.com
http://www.nchokkan.com/

1. தத்தளிக்கும் பெங்களூரு: தீர்வு என்ன?

சில நாட்களுக்குமுன்னால் எங்களுடைய அலுவலகத்துக்குப் பேருந்தில் சென்றுகொண்டிருந்தேன். வழக்கத்துக்கு மாறான மிக நீண்ட போக்குவரத்து நெரிசல். ஒருவழியாக அலுவலகம் இருக்குமிடத்துக்கு வந்து பேருந்திலிருந்து இறங்கிப் பார்த்தால், பேரதிர்ச்சி.

ஏனெனில், எங்கள் அலுவலகத்துக்குமுன்பிருக்கும் நெடுஞ்சாலை முழுக்கத் தண்ணீர் தேங்கி நின்றிருந்தது. கிட்டத்தட்ட ஒரு குளத்தைப்போல் அது தென்பட்டது. அதைத் தாண்டி அலுவலகத்துக்குள் நுழையவேண்டுமென்றால் மழை நீரில் ஒரு குளியல் தேவைப்படும். எப்படியோ சிரமப்பட்டு அலுவலகத்துக்குள் நுழைந்தேன். மாலைக்குள் எல்லாம் சரியாகிவிடும் என்ற நம்பிக்கையில் வேலைகளைப் பார்த்தேன்.

அன்று மாலை நான் அலுவலகத்திலிருந்து வெளியில் வந்தபோது, அந்தச் சிறு குளம் அங்குதான் இருந்தது. சொல்லப்போனால் அதன் ஆழம் இன்னும் மிகுதியாகியிருந்தது. அப்போதுதான் முதன்முறையாக இது வழக்கமான மழைப் பிரச்சனை இல்லை, ஏதோ பெரிய விவகாரம் என்று புரிந்துகொண்டேன்.

பெங்களூரில் ஒவ்வொரு மழையின்போதும் சாலையில் தண்ணீர் ஆறுபோல் ஓடுவது வழக்கம்தான். அந்தத் தண்ணீர் சிறிது நேரத்துக்குத் தேங்கி நிற்பதும் பின்னர் வடிந்துவிடுவதும் எல்லாப் பெங்களூர்வாசிகளுக்கும் தெரிந்த ரகசியங்கள். அதன்மூலம் போக்குவரத்து நெரிசல் உண்டாகும், நான்கைந்து மணிநேரம் சாலையில் சிக்கிச் சிரமப்படவேண்டியிருக்கும் என்பவையும் அவர்கள் அறிந்தவைதான். கொஞ்சம் சலித்துக்கொள்வார்கள், அரசாங்கத்தைச் சிறிது திட்டுவார்கள், அதன்பிறகு இயல்புநிலைக்குத் திரும்பிவிடுவார்கள்.

ஆனால், இப்படி நாள்முழுக்கத் தண்ணீர் தேங்கிநிற்பதை, அதுவும் நெடுஞ்சாலையை முழுக்க ஆக்கிரமித்து அந்தப் பக்கம் எந்த வண்டியும் செல்லாதபடி செய்வதை நான் பார்த்ததில்லை. அதுவும் ஓர் இடத்தில் இல்லை, பல இடங்களில்.

அடுத்தடுத்த நாட்களில் பெங்களூரில் மழை தொடர்ந்தது (இப்போதும் தொடர்ந்துகொண்டிருக்கிறது), அதன்மூலம் இன்னும் பல பகுதிகள் நீரில் மூழ்கின. அலுவலகங்கள், பள்ளி, கல்லூரிகளுக்கு விடுமுறை அறிவிக்கப்பட்டது. பல குடியிருப்புகளின் கீழ்த்தளங்களில் நீர் புகுந்தது, சாப்பாட்டுப் பிரச்சனை, மின்சாரப் பிரச்சனை, இணையப் பிரச்சனை, குடிநீர்ப் பிரச்சனை, நோய்கள் என்று வரிசையாகச் செய்திகள். 'தயவுசெய்து பணியாளர்கள் யாரும் அலுவலகத்துக்கு வரவேண்டாம்' என்று நிறுவனங்கள் மின்னஞ்சல் அனுப்பிக் கேட்கவேண்டிய நிலைமை, ஃபேஸ்புக், ட்விட்டர், வாட்ஸாப்பில் பெங்களூரைக் கேலி செய்யும் படங்கள், வீடியோக்கள் பொழியத் தொடங்கின.

இத்தனைக்கும் என்ன காரணம்?

முதலில், இந்த ஆண்டு பெங்களூரின் மழைப்பொழிவு மிகக் கூடுதலானது. 1971க்குப்பிறகு இந்த அளவு மழை இங்கு பொழிந்ததில்லை என்கின்றன புள்ளிவிவரங்கள். பிரச்சனை என்னவென்றால், 1971ல் இருந்த பெங்களூரும் இப்போதைய பெங்களூரும் ஒரே நகரம் இல்லை. இந்த ஐம்பது ஆண்டுகளில் இங்கு ஒரு மிகப் பெரிய தகவல் தொழில்நுட்பப் புரட்சி ஏற்பட்டுவிட்டது. அநேகமாக எல்லா இந்திய

மாநிலங்களிலிருந்தும் பெரும் எண்ணிக்கையிலான மக்கள் வாய்ப்புகளைத் தேடிப் பெங்களூருக்குக் குடிபெயர்ந்துள்ளார்கள். இதனால் இங்கு ஏற்பட்ட கட்டுமானத்துறை வளர்ச்சி, சில்லறை வணிக வளர்ச்சி, பணியாளர்களுக்கான தேவை ஆகியவையும் இந்நகரின் மக்கள்தொகையை வேறெந்த நகரமும் காணாத அளவுக்கு விரைவாகப் பெருக்கிவிட்டன.

உண்மையில் இப்படியொரு வளர்ச்சியைக் கண்டு எந்தவொரு நகரமும் மகிழத்தான் செய்யும். ஆனால், அதற்கேற்ப உள்கட்டுமான வசதிகளைப் பெருக்குவது எளிதில்லை. தொலைநோக்கோடு திட்டமிடாமல் கிடைத்த இடங்களி லெல்லாம் கட்டடங்களை, மற்ற அமைப்புகளைக் கட்டியதால் இப்படியொரு பெருமழையைச் சமாளிக்கும் தெம்பு இந்த நகருக்கு இல்லை என்பது இப்போதுதான் வெளியில் தெரிகிறது.

இது யாருடைய பிழை என்கிற கேள்வி மிகச் சிக்கலானது. ஆனால், ஏகப்பட்ட பிழைகள் இருக்கின்றன என்பதில் ஐயமில்லை. நகரின் பல பகுதிகள் ஏரிகளின்மீது கட்டப்பட்டுள்ளவை. மற்ற பல கட்டுமானங்களும் கழிவுநீர் வடிகால் போன்ற முக்கியமான அமைப்புகளை ஆக்கிரமித்துக் கட்டப்பட்டிருக்கின்றன. இந்தத் துறைசார்ந்த பெருமுதலாளிகளுடைய ஆதிக்கத்தைப் பலர் நேரடியாகக் கேள்வி கேட்டிருக்கிறார்கள், ஆனால் குறிப்பிடக்கூடிய எந்த நடவடிக்கைகளும் எடுக்கப்பட்டுள்ளதாகத் தெரியவில்லை.

இத்துடன், பொதுப் போக்குவரத்து, குடிநீர் வசதி என்று பல விஷயங்களிலும் பெங்களூரு திட்டமிடப்படாத வளர்ச்சியைத்தான் சந்தித்துக்கொண்டிருக்கிறது. அவற்றைச் சரிசெய்வதற்கான முயற்சிகள் இங்குமங்கும் நடைபெற்று வருகின்றன, அவற்றில் முழு வெற்றி இன்னும் கிடைக்கவில்லை.

கர்நாடக மாநிலத்துக்கும் இந்தியாவுக்கும் பெங்களூரின் பங்களிப்பு மிகப் பெரியது. உலக அளவிலும் இந்தியாவுக்கு ஐடி துறையில் கிடைத்திருக்கிற நல்ல பெயருக்கு இந்நகரம் ஒரு முதன்மைக் காரணம். அப்படிப்பட்ட ஓர் ஊருக்கு இதைவிட மேம்பட்ட உள்கட்டுமானமும் திட்டமிடலும்

இருக்கவேண்டும் என்பது எல்லாருக்கும் தெரிந்ததுதான். இந்த மழையும் வெள்ளமும் அதை இன்னும் வெளிச்சம் போட்டுக் காண்பித்திருக்கின்றன.

ஆனால், ஒரு பெங்களூர்வாசியாக நான் ஏதும் மாற்றங்களை எதிர்பார்க்கிறேனா என்றால், ‘சிறிதளவு’ என்றுதான் பதில் சொல்வேன். ஏனெனில், ஓடிக்கொண்டிருக்கும் இயந்திரத்தைப் பழுதுபார்ப்பது சிரமம், அதை நிறுத்திவிட்டுச் சரிசெய்வது அதைவிடச் சிரமம். பெங்களூரு ஓடுகிற வேகம் யாராலும் கற்பனை செய்ய இயலாதது, அதில் இதுபோன்ற பிரச்சனைகளெல்லாம் வரும், போகும், புலம்பப்படும், சில மாற்றங்கள் சில பிரச்சனைகளைத் தீர்க்கும், தொலைநோக்கில் பிரச்சனைகளைச் சமாளித்துக்கொண்டு வாழத்தான் வேண்டும் என்று தோன்றுகிறது. எனினும், இப்போதைய பரபரப்பின் காரணமாகக் கர்நாடக அரசு திடீரென்று விழித்துக்கொண்டு பெங்களூரின் முதன்மைப் பிரச்சனைகளைச் சிந்தித்து, பட்டியலிட்டு, திட்டமிட்டுச் சரிசெய்யத் தொடங்கினால், அடுத்த ஐந்து ஆண்டுகளில் ஒரு முன்னேற்றத்தை எதிர்பார்க்கலாம். அது நடந்தால் மகிழ்ச்சி!

இதில் அரசாங்கத்துடன் மக்களுக்கும் பொறுப்பு இருக்கிறது. ஓர் இடத்தில் தண்ணீர் தேங்குகிறது என்றால் அது தாழ்வான பகுதியில் உள்ளது என்பதுமட்டும் காரணமில்லை, அங்கு போதுமான அளவு வடிகால்கள் இல்லை என்பதுமட்டும் காரணமில்லை, இருக்கிற வடிகால்களைக் குப்பைகள் அடைத்திருக்கின்றன, அவை அனைத்தும் இப்போது அரசாங்கத்தைத் திட்டுகிற மக்கள் வீசி எறிந்தவைதாம்.

பொதுவாகவே இந்தியாவில் பொது இடங்களை நன்கு வைத்துக்கொள்ளும் தன்மை குறைவு. இந்த விஷயத்தில் மற்ற நகரங்களுக்கு நாங்கள் ஓர் எடுத்துக்காட்டாக இருப்போம் என்று பெங்களூர்வாசிகள் தீர்மானித்துவிட்டால், அவர்கள் இந்நகருக்குச் செய்கிற மிகச் சிறந்த பதில் மரியாதையாக அது இருக்கும்.

(செப்டம்பர் 2022)

2. Gig Economyயை நாம் பயன்படுத்திக்கொள்வது எப்படி?

முன்பெல்லாம் கல்லூரியில் படிக்கிற பலருடைய உடனடிக் கனவு, ஒரு பெரிய நிறுவனத்தில் வேலைக்குச் சேரவேண்டும் என்பதுதான். அதன்பிறகு அங்கு படிப்படியாக வளரவேண்டும், பதவி உயர்வு பெறவேண்டும், சம்பளம் கூடவேண்டும், வெளிநாடு செல்லவேண்டும் என்பதுபோன்ற கனவுகள் வரும். ஆனால் அவையும் அந்த முதல் வேலையை அடித்தளமாகக் கொண்டுதான் அமையும்.

இன்னொருபக்கம், தொழில்முனைவோராகவேண்டும் என்று கனவு காண்கிறவர்களும் இருப்பார்கள். இவர்கள் இன்னொருவரிடம் சம்பளம் பெறுவதைவிட நாம் பலருக்குச் சம்பளம் தருகிறவர்களாக மாறவேண்டும் என்கிற முனைப்புடன் செயல்படுவார்கள்.

கடந்த சில ஆண்டுகளில், இந்த இரண்டுக்கும் நடுவில் ஒரு வகையும் வந்திருக்கிறது. இவர்கள் மற்றவர்களுக்கு வேலைசெய்வார்கள், ஆனால், அவர்களிடம் மாதச் சம்பளம் பெற்றுக்கொண்டு நிரந்தரமாக இணைந்துவிடுவதில்லை. அதற்குப்பதிலாக, ஒரு குறிப்பிட்ட பணியைச் செய்து தருவது,

அதற்கு உரிய மதிப்பூதியத்தைப் பெற்றுக்கொள்வது, அதன்பிறகு வேறு பணி இருந்தால் தொடர்வது, இல்லாவிட்டால் வேறொரு வாடிக்கையாளரிடம் செல்வது என்கிற அடிப்படையில் பணியாற்றுகிறார்கள். இதன்மூலம் இவர்களுக்கு வருவாயும் வரும், விரும்பியதைச் செய்கிற சுதந்திரமும் பறிபோய்விடாது.

எடுத்துக்காட்டாக, நீங்கள் பிரமாதமான ஜாவா நிரலாளர் (டெவலப்பர்) என்று வைத்துக்கொள்வோம். அந்தத் திறமையின்மூலம், ஜாவா தொழில்நுட்பத்தைப் பயன்படுத்தி நிரல்கள் எழுதுகிறவர்களை வேலைக்குச் சேர்க்கும் ஒரு நிறுவனத்தில் நீங்கள் சேரலாம். அந்தக் கணத்திலிருந்து, அவர்கள் தரும் வேலைகளில்தான் நீங்கள் பணியாற்றவேண்டும், அது உங்களுக்குப் பிடித்தாலும் சரி, பிடிக்காவிட்டாலும் சரி, அதுதான் உங்கள் வேலை. அதற்கு அவர்கள் நிர்ணயிப்பதுதான் சம்பளம். இதில் நீங்கள் கொஞ்சம் பேரம் பேசலாம், வேறு வேலையை மாற்றிக்கொடுங்கள், இன்னும் கொஞ்சம் சம்பளம் வேண்டும் என்றெல்லாம் கேட்கலாம், ஆனால் அவையெல்லாம் ஓரளவுதான் செல்லுபடியாகும்.

மாறாக, அதே ஜாவா திறமையைக் கொண்டு நீங்கள் ஒரு சுதந்திரமான பணியாளராக (Freelancing Developer) அமர்ந்துவிட்டால், அதே நிறுவனத்திடம் வேலை அடிப்படையில் பணியாற்றலாம். ‘இந்த வேலை எனக்குப் பிடித்திருக்கிறது, இத்தனை நாளில் இந்த அளவு சிறந்த தரத்துடன் செய்து தருகிறேன், அதற்கு என் கட்டணம் இவ்வளவு’ என்று பேசிக்கொள்ளலாம். ஒருவேளை அந்த வேலை மனத்துக்குப் பிடிக்காவிட்டால் வேறு நிறுவனத்தைத் தேடிச் சென்றுவிடலாம்.

இப்படி நிரல் எழுதுதல், தர உறுதிப்படுத்தல், இணைய தளங்கள், மொபைல், கணினிச் செயலிகளை வடிவமைத்தல், சந்தைப்படுத்தல் பணிகள், சமூக ஊடகப் பணிகள், ஆசிரியர்/பயிற்றுநர் பணிகள் என்று இன்னும் பலவற்றையும் சம்பளத்துக்குச் செய்யாமல் தனிப்பட்டமுறையில் செய்கிறவர்கள் மிகுதியாகிவிட்டார்கள். இவர்களைக் கொண்டு

Gig Economy எனப்படும் பணி அடிப்படையிலான பொருளாதாரம் வளர்ந்துவருகிறது.

Gig Economyயால் நமக்கு என்ன நன்மை?

1. *பிடித்த வேலைகளைமட்டும் செய்யலாம்.*
2. *அவற்றை நமக்கு விருப்பமான நேரத்தில் செய்யலாம். விருப்பமில்லாவிட்டால் ஓய்வு எடுக்கலாம், ஒரு நாளைக்கு இத்தனை மணி நேரம் அலுவலகத்துக்கு வந்து அமர்ந்தாகவேண்டும் என்று யாரும் நமக்குக் கட்டளை போடமுடியாது. வீட்டிலிருந்து ஒரு நாளைக்குச் சில மணிநேரம்மட்டும் பணியாற்ற விரும்புகிற இல்லத்தரசிகள் போன்றோருக்கு இது மிகவும் வசதி.*
3. *நம் பணிக்கான ஊதியத்தை நாம் தீர்மானிக்கலாம். அதை ஏற்றுக்கொள்கிறவர்களுடன்மட்டும் பணியாற்றலாம்.*
4. *எந்த இடத்தில் இருந்தபடியும் எந்த நாட்டைச் சேர்ந்த வாடிக்கையாளர்களுடனும் பணியாற்றலாம். அதாவது, நம்முடைய சந்தை விரிவடைகிறது.*
5. *திறமைக்கு முழு மதிப்பு கிடைக்கும்.*

இதனால் நிறுவனங்களுக்கு என்ன நன்மை?

1. *ஒவ்வொரு திறனுக்கும் சில குறிப்பிட்ட நபர்களை வேலைக்குச் சேர்த்துச் சம்பளம் கொடுக்கவேண்டியதில்லை. தேவையுள்ள நேரங்களில் சரியான நபர்களைப் பயன்படுத்திக் கொள்ளலாம், உரிய ஊதியத்தைச் செலுத்திவிடலாம்.*
2. *சம்பளம் நீங்கலான மற்ற ஊழியர் நன்மைகளுக்குச் (அலுவலக வாடகை, கணினி, சேம நிதி, காப்பீடு போன்றவை) செலவு ஏதுமில்லை.*
3. *குறுகிய நேரத்தில் நிறையப் பேரை வேலைக்கு அமர்த்தி முக்கியமான வேலைகளை விரைவாகச் செய்யலாம்.*
4. *தெளிவான ஒப்பந்தங்களின் அடிப்படையில் பணியாற்றுவதால் கொடுக்கிற காசுக்கு ஏற்ற பலன் (தரம்) கிடைக்கும்.*

இப்படி *Gig Economy*ல் இருதரப்பினருக்கும் நன்மைகள் இருப்பதால் எல்லாத் துறைகளிலும், குறிப்பாக, இணையத்தின்மூலம் செய்யக்கூடிய வேலைகள் மிகுதியாக உள்ள துறைகளில் இது விரைவாக வளர்ந்துகொண்டிருக்கிறது. பலரும் வழக்கமான (அதாவது, வேலைக்குச் சென்று இன்னொருவரிடம் சம்பளம் பெறுகிற) பணியைவிட இது சிறப்பானது என்று கருதத் தொடங்கியிருக்கிறார்கள்.

ஆனால், இந்தத் துறையில் நுழைகிற எல்லாரும் வெற்றியடைந்துவிடுவதில்லை. கொஞ்சம் கூர்ந்து கவனித்தால், இந்தப் பண்புகள் உள்ளவர்கள்தான் வெல்கிறார்கள், தாங்கள் ஒரு வழக்கமான வேலைக்குச் சென்று பெறக்கூடிய சம்பளத்தைவிடச் சில மடங்கு கூடுதலாகச் சம்பாதிக்கிறார்கள், அத்துடன் நேரச் சுதந்திரத்தையும் அனுபவிக்கிறார்கள்:

1. சொன்ன வாக்கைக் காப்பாற்றவேண்டும். இந்த நேரத்தில் வேலையை நிறைவுசெய்கிறேன் என்றால் அந்த நேரத்தில் நிறைவுசெய்யவேண்டும். ஏதாவது பிரச்சனை என்றால் முன்கூட்டியே சொல்லவேண்டும். கடைசி நேரத்தில் காணாமல் போய்விடக்கூடாது.

2. தரம். அது இல்லாவிட்டால் எதுவும் இல்லை.

3. நெகிழ்வுத்தன்மை. அதாவது, 'என் வேலை நிறைவடைந்துவிட்டது, இனி நீங்கள் யாரோ, நான் யாரோ' என்று நினைக்காமல் வாடிக்கையாளர் கேட்கிற சிறிய, பெரிய திருத்தங்களை முகம் கோணாமல் செய்துகொடுப்பது. (அவை உங்களுடைய பிழைகள் இல்லை என்றால் திருத்தங்களுக்கு உரிய கூடுதல் கட்டணத்தையும் பெற்றுக்கொள்ளலாம், இலவசமாகச் செய்யவேண்டியதில்லை.)

4. தொடர்ந்த, வெளிப்படையான தகவல் தொடர்பு

5. ஒவ்வொரு பணியையும் வாடிக்கையாளருடைய கோணத்திலிருந்து பார்த்துப் புரிந்துகொண்டு செயல்படுவது. அதாவது, கொடுத்த வேலையைமட்டும் செய்யாமல் அது ஏன் செய்யப்படுகிறது என்று சிந்தித்துச் செயல்படுவது,

அவர்களுக்குக் கூடுதல் கருத்துகளைச் சொல்லி உதவுவது, அவர்களுடைய குழுவின் ஓர் உறுப்பினரைப்போலவே நடந்துகொள்வது.

இவற்றுக்கு வெளியில் ஒவ்வொரு ஃப்ரீலான்சருக்கும் இருக்கவேண்டிய மேலும் இரண்டு முதன்மைப் பண்புகள்:

1. விரைவாகக் கற்றுக்கொள்வது. அதாவது, நம்மிடம் இருக்கும் திறமைகளைத் தொடர்ந்து புதுப்பித்துக்கொண்டும் கூர்தீட்டிக்கொண்டும் இருப்பது.

2. என்னதான் சுதந்திரமாகச் செயல்படுகிறோம் என்றாலும் ஒவ்வொரு நிமிடமும் வேலையில் மூழ்கியிருக்காமல் போதுமான ஓய்வு எடுத்துக்கொண்டு உடலை, மனத்தை நலத்துடன் பார்த்துக்கொள்வது.

சுருக்கமாகச் சொன்னால், திறமையுடன் *Professionalism* எனப்படும் தொழில் சார்ந்த மனப்பான்மையையும் வளர்த்துக்கொள்ளவேண்டும், வாழ்க்கை ஒழுங்கும் வேண்டும். இவற்றைச் செய்துவிட்டால், இனி வரும் ஆண்டுகளில் இன்னும் பெரிதாக வளரப்போகும் *Gig Economy*ஐ நாம் நன்கு பயன்படுத்திக்கொள்ளலாம், பெரிய அளவில் முன்னேறலாம், மகிழ்ச்சியாகவும் வாழலாம்.

(மே 2022)

૩. மாபெரும் பெட்டிக்கடைக்காரன்

சிறுவயதில் நான் ஒரு மாபெரும் பெட்டிக்கடைக்காரனாக விரும்பினேன்.

இப்போது நினைத்தால் சிரிப்புதான் வருகிறது. கனவு காண்பதுதான் காண்கிறோம், ஒரு மளிகைக்கடை அளவுக்காவது கற்பனை செய்திருக்கலாம். ஆனால், கிணற்றில் பிறந்து, வளர்ந்த தவளைக்குப் பசிபிக் பெருங்கடல் தெரியாது, அதன் அளவில்தான் அதனால் கற்பனை செய்ய இயலும். எனக்கு அன்றைக்குப் பெட்டிக்கடைதான் பெரிய இலக்காகத் தோன்றியது.

காரணம், என்னுடைய நண்பன் ஒருவனுடைய தந்தை நகரின் முக்கிய இடத்தில் பெட்டிக்கடை வைத்திருந்தார். அவருடைய கடையில் பல பொருட்கள் விற்பனையானாலும் அவற்றுள் என்னை மிகவும் ஈர்த்தது உருண்டை வகைகள்தாம். முழு வேர்க்கடலை உருண்டை, நொறுக்கிய வேர்க்கடலை உருண்டை, பொட்டுக்கடலை உருண்டை, எள் உருண்டை, இன்னும் ஏதேதோ வகைகள். அனைத்தையும் முழ நீளக் கண்ணாடி பாட்டில்களில் போட்டுக் கடைக்கு முன்னால் அடுக்கிவைத்திருப்பார். வருகிறவர்களுடைய தேவைக்கேற்ப

ஓரிரு உருண்டைகளைப் பொறுக்கியெடுத்துச் செய்தித்தாள் நறுக்கு ஒன்றில் வைத்து நீட்டுவார். அவர்களும் பேரின்பத்தோடு அதைத் தின்றபடி நடப்பார்கள்.

அந்த வயதில் ஏழெட்டு வகை உருண்டைகளைக் கொண்ட கண்ணாடி பாட்டில்கள்தான் எனக்கு அதிகாரத்தின் பேரடையாளமாகத் தோன்றின. அவரை ஒரு வணிகராக அல்லாமல் ஊரின் சிறுபசியைத் தீர்க்கிற அலுவலராக எண்ணிக்கொண்டிருந்தேன், ஒட்டுமொத்த நகரமும் அந்த உருண்டைகளுக்காக அவரைச் சார்ந்திருப்பதுபோல் எனக்குள் ஒரு பிம்பம் தோன்றிவிட்டது.

எப்போதாவது, என் நண்பனுடைய தந்தை வீட்டுக்குச் சாப்பிடச் சென்றிருக்கும்போது அவருடைய இடத்தில் என் நண்பன் அமர்ந்திருப்பான். அப்போது அவனுடைய முகமும் சரி, உடல்மொழியும் சரி, ஓர் இளவரசனுக்குரிய கம்பீரத்துடன் மாறிவிடும். எங்களைத் துரும்பெனப் பார்த்து, 'வியாபாரம் நடக்கற நேரத்துல தொந்தரவு செய்யாதீங்க, அந்தப் பக்கமா நில்லுங்க' என்பான். 'நம்மோடு பள்ளியில் சுற்றித் திரிந்த பயல்தானா இவன்' என்று எங்களுக்கெல்லாம் வியப்பாக இருக்கும்.

ஆனால், இதில் வியப்பதற்கு என்ன இருக்கிறது? அந்த ஏழெட்டுக் கண்ணாடி பாட்டில்களும் அவனுடைய பொறுப்பில் வருகிறபோது அவனும் ஓர் அதிகார மையமாக மாறிவிடுகிறான் அல்லவா? இதனால், பெட்டிக்கடையின்மீது என் ஆசை மேலும் மிகுதியானது.

இன்னொரு காரணம், என் தந்தையின் நண்பர் ஒருவர் காவல் நிலையத்துக்கு அருகில் பீடாக்கடை வைத்திருந்தார். அவ்வப்போது அவருடைய கடைக்குச் செல்லும்போது சுற்றியிருக்கிறவர்கள் அவருக்குத் தருகிற மதிப்பும் அவருடைய கம்பீரமான பேச்சுகளும் என்னைக் கவர்ந்திழுக்கும், கடைக்காரர்கள் என்றால் ஊர் கும்பிடு போடும் என்ற எண்ணம் மனத்தில் அழுத்தமாகப் பதிந்துகொள்ளும்.

எங்கள் வீட்டில் யாரும் கடை வைத்தவர்கள் கிடையாது. தந்தை, தாய் இருவரும் சம்பளத்துக்கு வேலை பார்க்கிறவர்கள், உறவினர்கள் வட்டத்தில்கூடத் தொழில்முனைவோர், கடைக்காரர்கள், வணிகர்கள் என்று யாரும் இல்லை. அதனால், நான் என்னுடைய பெட்டிக்கடை விருப்பத்தைச் சொன்னபோதும் அதை யாரும் தீவிரமாக எடுத்துக்கொள்ளவில்லை, சிரித்துவிட்டு நகர்ந்துவிட்டார்கள்.

ஆனால், நான் கடை வைப்பதில் உறுதியாக இருந்தேன். எங்கு, எப்போது, எப்படி, என்னவெல்லாம் விற்பது என்று ஏதும் தெரியாது. ஆனால், கடை வைத்தாகவேண்டும், அது கட்டாயம். இந்த எண்ணம் உள்ளுக்குள் மேலும் மேலும் வலுவாகிக்கொண்டிருந்தது.

ஒருநாள், என் தாய் தேங்காய் பர்ஃபி வாங்கிவந்தார். வெல்லத்தில் செய்த பழுப்பு நிறக் குட்டிக் குட்டிப் பர்ஃபிகள் தேனைப்போல் இனித்தன. ஒரு பர்ஃபியைச் சாப்பிட்டதும் எனக்குள் சட்டென்று அந்த யோசனை வந்தது, 'நாம பர்ஃபிக் கடை வெச்சா என்ன?'

அப்போது என் கைவசம் இருந்தது நான்கே நான்கு பர்ஃபிகள்தான். அதனால் என்ன? சின்னப் பையன், சின்னக் கடை, சின்ன பர்ஃபி. சரியாகத்தானே இருக்கிறது?

நான் சட்டென்று உள்ளறைக்குச் சென்று ஓர் அமர்பலகையைத் தூக்கிக்கொண்டேன், குடுகுடுவென்று வெளியில் ஓடினேன், எங்கள் வீட்டுக்கு எதிரில் இருந்த காலி நிலத்தின் ஒரு மூலையில் சம்மணமிட்டு அமர்ந்துகொண்டேன், எதிரில் அந்தப் பலகையை வைத்து அதன்மீது நான்கு குட்டி பர்ஃபிகளை வரிசையாக அடுக்கினேன், வாடிக்கையாளர்களுக்காகக் காத்திருக்கத் தொடங்கினேன்.

சிறிது நேரம் ஆனது. யாரும் வரவில்லை, 'பர்ஃபி என்ன விலை?' என்று என்னிடம் கேட்கவில்லை. ஒருவேளை கேட்டிருந்தால் என்ன விலை சொல்வது என்றுகூட எனக்குத் தெரிந்திருக்காது என்பதுதான் உண்மை.

நான் விற்காத பர்ஃபிகளைக் கூர்ந்து கவனித்தேன். அவை விற்கவில்லை என்கிற வருத்தத்தைவிடப் பசியும் ஏக்கமும்தான் மிகுதியாக இருந்தன. அதைக் கட்டுப்படுத்திக்கொண்டு தெருவைப் பார்த்தேன், யாராவது வருவார்கள், இன்னும் சிறிது நேரம் காத்திருப்போம் என்று தோன்றியது.

நேரம் ஆக ஆக, என்னுடைய உறுதி குறைந்தது. முதலில், பர்ஃபிகளுக்கு இடையில் விழுந்திருந்த தேங்காய்த் துணுக்குகளை எடுத்துத் தின்றேன். பிறகு, ஒரு பர்ஃபியின் ஒரு மூலையைமட்டும் விண்டு ருசித்தேன். அதன்பிறகு, 'இனிமே இதை யார் வாங்குவாங்க?' என்றபடி மீதமிருந்த பர்ஃபியையும் எடுத்துத் தின்றேன். 'இன்னும் மூணு இருக்கே, அதை வித்துக்கலாம்' என்று எனக்கு நானே சமாதானம் சொல்லிக்கொண்டேன்.

ஆனால், என்னுடைய கடைக்கார மூளையைவிடத் தீனிக்கார நாக்கு என்மீது அதிக ஆதிக்கம் செலுத்தியதால், சிறிது நேரத்தில் கொஞ்சங்கொஞ்சமாக மற்ற மூன்று பர்ஃபிகளும் காலியாகிவிட்டன. மீதியிருந்தவை வெறும் பலகையும் நானும்தான்.

சரியாக அந்த நேரத்தில் எங்கள் பக்கத்துவீட்டுக்காரர் அந்தப் பக்கம் வந்தார், 'என்னடா, இங்க உட்கார்ந்திருக்கே?' என்றார். 'ஒண்ணுமில்லை' என்று சொல்லிவிட்டுப் பலகையைத் தூக்கிக்கொண்டு எழுந்துவிட்டேன்.

அவர் நல்ல மனிதர், என்னிடம் எப்போதும் அன்பாகப் பேசுகிறவர். ஒருவேளை, அவர் ஐந்து நிமிடத்துக்கு முன்னால் வந்திருந்தால் எனக்காக ஒரு பர்ஃபியைக் காசு கொடுத்து வாங்கியிருக்கக்கூடும், நானும் என்னுடைய தொழில் முயற்சிகளைப் படிப்படியாகத் தொடர்ந்து இன்றைக்கு ஒரு மாபெரும் சூப்பர் மார்க்கெட்டுக்கு உரிமையாளனாக இருந்திருக்கக்கூடும்.

பரவாயில்லை, அந்தக் கணத்தில் அந்த நான்கு பர்ஃபிகளும் ருசியாகத்தான் இருந்தன!

(ஏப்ரல் 2022)

4. விளையாட்டாப் படிக்கலாம்!

பள்ளி, கல்லூரியில் படிக்கிற பையன்கள், பெண்கள் எந்நேரமும் வீடியோகேம் விளையாடிக்கொண்டிருந்தால் பெற்றோர் கோபப்படுவார்கள், 'ஏன் எப்பப்பார் விளையாடிக்கிட்டிருக்கே? ஒழுங்கா பாடத்தைக் கவனி' என்பார்கள்.

ஒருவேளை, அந்த வீடியோகேம்தான் அவர்களுக்குப் பாடம் என்றால்?

விளையாட்டுக்குச் சொல்லவில்லை. உண்மையிலேயே ஈஸ்போர்ட்ஸ் எனப்படும் மின்விளையாட்டுகளை ஒரு பாடப்பிரிவாகக் கல்லூரிகள், பல்கலைக்கழகங்கள் ஏற்றுக்கொள்ளத் தொடங்கிவிட்டன. ஆர்வமுள்ள மாணவர்களுக்கு அதில் பயிற்சியளித்துத் தேர்வு நடத்திப் பட்டயமும் (டிப்ளமோ) தருகிறார்கள்.

அதற்காக, மாணவர்கள் எந்நேரமும் விளையாடிக்கொண்டிருந்தால் டிப்ளமோ தந்துவிடமாட்டார்கள், விளையாடுவதோடு, விளையாட்டைப்பற்றிய நுட்பங்களைப் படிக்கவும் வேண்டும், அதன்மூலம், வருங்காலத்தில் இந்தத் துறையை அடிப்படையாகக் கொண்டு தங்களுடைய எதிர்காலத்தை அமைத்துக்கொள்ளத் தயாராகவேண்டும்.

கொஞ்சம் புரிகிறாற்போல் சொல்வதென்றால், நன்றாகச் சாப்பிடும் ஆர்வம் இருக்கிற ஒருவருக்குச் சமைத்தல், உணவகம் நடத்துதல், மக்களுக்குப் பிடித்த உணவுவகைகளைச் சமைத்து, விற்பனை செய்து சம்பாதித்தல் போன்றவற்றைக் கற்றுத்தந்து அவரை உணவுத்துறையில் ஒரு தொழில்முனைவோராகவோ, உணவகங்களில் வேலை செய்து சம்பாதிக்கிறவராகவோ ஆக்கினால் எப்படி இருக்கும் என்று யோசியுங்கள். அந்த வேலையைத்தான் இந்த மின்விளையாட்டுப் பட்டயப்படிப்புகள் செய்கின்றன, 'ஜாலியா விளையாடறியா? பிடிச்சிருக்கா? இதையே உன்னோட எதிர்காலமா அமைச்சுக்கோயேன்' என்று இளைஞர்களைத் தூண்டிவிடுகின்றன.

வீடியோகேமில் அப்படியென்ன எதிர்காலம் இருக்கிறது என்று யோசிக்கவேண்டாம். உலக அளவில் ஆண்டுதோறும் மிகப் பெரிய அளவில் வளர்ந்துகொண்டிருக்கிற, கோடிக்கணக்கான ரூபாயைக் குவித்துக்கொண்டிருக்கிற, பல்லாயிரக்கணக்கான வேலைவாய்ப்புகளை உருவாக்கிக்கொண்டிருக்கிற துறைகளில் அதுவும் ஒன்று.

வேண்டுமென்றால், உங்கள் செல்பேசியிலிருக்கிற ப்ளே அல்லது ஐஸ்டோர் மின்கடைக்குள் நுழைந்துபாருங்கள். விளையாட்டுகளுக்கென்று தனிப்பிரிவு ஒதுக்கியிருப்பார்கள், அங்கு ஒவ்வொரு நாளும் பல்வேறு தலைப்புகளில் புதுப்புது விளையாட்டுகள் அறிமுகமாகின்றன. விலைக்குக் கிடைக்கும் விளையாட்டுகளோடு, இலவசமாகக் கிடைக்கும் விளையாட்டுகள்கூட, விளம்பரத்தின்மூலம் நன்கு சம்பாதிக்கின்றன.

அதேபோல், கணினியில் விளையாடும் விளையாட்டுகள், இதற்கென்று சிறப்பாக வடிவமைக்கப்பட்ட கேமிங் கன்சோல் எனப்படும் சிறப்புக் கருவிகளின்மூலம் விளையாடக்கூடிய விளையாட்டுகள் என்று இந்தச் சந்தை மிகப் பெரியது. இளைஞர்கள்மட்டுமின்றி, எல்லா வயதினரும் இந்த விளையாட்டுகளில் ஆர்வத்துடன் ஈடுபடுகிறார்கள், தனியாக விளையாடுதல், குழுவாக விளையாடுதல், மற்றவர்களுடைய

விளையாட்டுகளைப் பார்த்தல் என்று நாள்தோறும் பல மணி நேரம் விளையாட்டுகளில் மூழ்கியிருக்கிறார்கள், அதற்காகப் பணம் செலவழிக்கவும் தயாராக இருக்கிறார்கள்.

மின்விளையாட்டுகள் வெறுமனே பொழுதுபோக்குக் கருவிகளாகமட்டும் இருப்பதில்லை. இதன்மூலம் கவனக்கூர்மை மேம்படுகிறது, திட்டமிடுதலும் வியூகம் அமைத்தலும் சிந்தித்தலும் கூர்மையாகின்றன, விளையாட்டுகளை அடிப்படையாகக் கொண்டு மற்ற பாடங்கள், வாழ்க்கைத் திறன்களைக் கற்றுக்கொள்வதும் சாத்தியம்தான். வன்முறையைத் தூண்டும் விளையாட்டுகள் ஒருபுறமிருக்க, அன்பை, பொறுமையைக் கற்றுத்தருகிற விளையாட்டுகளும் உள்ளன.

நேரடி விளையாட்டுகளுடன், *Gamification* எனப்படும் 'விளையாட்டாக மாற்றுதல்' தொழில்நுட்பத்தைப் பயன்படுத்திப் பல பொருட்கள், சேவைகளை மேம்படுத்துகிற சந்தையும் பெரிதாகிக்கொண்டிருக்கிறது. எடுத்துக்காட்டாக, விளையாட்டின்மூலம் சேமிக்கக் கற்றுத்தருகிறார்கள், ஒரு நல்ல பழக்கத்தை உருவாக்குகிறார்கள், வேளாவேளைக்குச் சாப்பிட, உடற்பயிற்சி செய்யக் கற்றுத்தருகிறார்கள், இப்படி இன்னும் பல.

இதனால், உலகெங்கும் விளையாட்டை மையமாகக் கொண்ட பல தொழில்கள் உருவாகிவருகின்றன. விளையாட்டுகளைச் சிந்தித்து, சாஃப்ட்வேர் எழுதி உருவாக்குபவர்களில் தொடங்கி, என்னமாதிரியான விளையாட்டுகளுக்குத் தேவை இருக்கிறது என்று ஆராய்கிறவர்கள், விளையாட்டுகளைச் சந்தைப்படுத்திச் (மார்க்கெட்டிங்) சம்பாதிக்கிறவர்கள், பிறருக்கு விளையாடக் கற்றுத்தருகிறவர்கள் என்றெல்லாம் பல பணிப்பிரிவுகள் உருவாகிவருகின்றன. இனி வரும் ஆண்டுகளில் இந்தத் தொழில்கள் எண்ணிக்கையிலும் தரத்திலும் வருவாய் அளவிலும் மிகப் பெரிதாகும், மேலும் லட்சக்கணக்கானோர் இதில் நுழைவார்கள், அவர்களைக் குறிவைத்துதான் இந்த 'ஈஸ்போர்ட்ஸ்' பட்டயப்படிப்புகள் உருவாக்கப்பட்டுள்ளன.

இந்தப் படிப்புகளில் சேர்கிற மாணவர்களுக்கு என்னவெல்லாம் கற்றுத்தருவார்கள்?

முதலில், ஈஸ்போர்ட்ஸ் என்றால் என்ன, அதற்கு என்னென்ன திறமைகள் தேவை, இந்தத் துறையில் அமைந்துள்ள தொழில், பணி வாய்ப்புகள் ஆகியவற்றை விளக்குகிறார்கள். பின்னர், ஈஸ்போர்ட்ஸுக்கென்று ஒரு தனி பிராண்ட் (வணிக அடையாளத்தை) உருவாக்குவது, விளையாட்டுகளை வடிவமைப்பது, உருவாக்குவது, அவற்றை அறிமுகப்படுத்துவதற்கும் பரப்புவதற்கும் சமூக ஊடகங்களைப் பயன்படுத்திக்கொள்வது, விளையாடுவோருடைய மனநிலை, எதிர்பார்ப்புகள், இதுதொடர்பான சட்டங்கள் என்று அனைத்தையும் விரிவாகச் சொல்லித்தருகிறார்கள். இதையெல்லாம் கற்றுக்கொள்கிற இளைஞர்கள் இந்தத் துறையில் தெளிவான பின்னணியுடன் நுழையலாம். அவர்கள் சொந்தமாக ஒரு விளையாட்டை உருவாக்கிச் சந்தைப்படுத்தினாலும் சரி, ஏற்கெனவே சந்தையில் உள்ள பெரிய, சிறிய நிறுவனங்களில் வேலைக்குச் சேர்வதென்றாலும் சரி, இந்தப் பின்னணி அவர்களுக்கு உதவும்.

மற்ற படிப்புகளுக்கும் இதற்கும் ஒரு முதன்மையான வேறுபாடு, பொறியியல், மருத்துவம், சட்டம் என்று அநேகமாக எல்லாப் படிப்புகளிலும் மாணவர்கள் ஆர்வத்தை அடிப்படையாகக் கொண்டுதான் உள்நுழைகிறார்கள். அவர்கள் அதில் நேரடி அனுபவத்தைப் பெறுவதற்குச் சில ஆண்டுகளாவது தேவைப்படும். ஆனால், மின்விளையாட்டுப் படிப்புகள் அப்படியில்லை, அங்கு, ஏற்கெனவே விளையாடிய அனுபவம் உள்ளவர்கள் அதுதொடர்பான சந்தை எதார்த்தத்தை அறிந்துகொள்வதற்கான சூழல் உள்ளது, அதன்மூலம், தங்கள் மனத்துக்குப் பிடித்த துறையில் மகிழ்ச்சியுடன் ஈடுபடுகிற வாய்ப்பு இளைஞர்களுக்குக் கிடைக்கிறது.

மின்விளையாட்டுத்துறையில் ஈடுபடும் நிறுவனங்களுக்கும் இதுபோன்ற படிப்புகள் ஒரு நல்ல வாய்ப்பாக அமைகின்றன. உண்மையிலேயே இந்தத் துறையில் ஆர்வமுள்ள, அதன்

அடிப்படைகளை முறையாகக் கற்ற திறமையாளர்களை ஈர்த்து இன்னும் சிறப்பான விளையாட்டுகளை அவர்கள் உருவாக்கலாம், தங்களுடைய வெற்றிச் சாத்தியத்தை மேம்படுத்திக்கொள்ளலாம்.

இப்போது சில பல்கலைக்கழகங்களில் பரிசோதனை அடிப்படையில் வழங்கப்பட்டுவருகிற இந்தப் படிப்புகள் எந்த அளவுக்குப் பயன் தருகின்றன என்பதைப் பொறுத்து, மற்ற கல்வி நிறுவனங்களும் இதில் நுழையும். அதன்மூலம், தொடர்ந்து வளர்ந்துகொண்டிருக்கிற மின்விளையாட்டுத் தொழில்துறைக்கு நல்ல திறமையாளர்கள் கிடைப்பார்கள்.

(ஜனவரி 2021)

5. கிரிக்கெட் பெண்கள்

முன்பெல்லாம் கிரிக்கெட் என்பது ஆண்களின் விளையாட்டாக இருந்தது, அரங்கத்துக்குள்ளும் சரி, அரங்கத்துக்கு வெளியிலும் சரி.

அதாவது, ஆறு நாள் கிரிக்கெட், ஐந்து நாள் கிரிக்கெட், ஒரு நாள் கிரிக்கெட், பன்னாட்டுக் கிரிக்கெட், உள்நாட்டுக் கிரிக்கெட், ரஞ்சிக் கோப்பை, துலீப் கோப்பை, பகல் கிரிக்கெட், பகல், இரவு கிரிக்கெட், வெள்ளைப் பந்து கிரிக்கெட், சிவப்புப் பந்து கிரிக்கெட், சுவரில் கோடு கிழித்து விளையாடுகிற தெரு கிரிக்கெட் என்று விதவிதமான வடிவங்கள் வந்தபோதும், அவற்றையெல்லாம் பெரும்பாலும் ஆண்கள்தான் விளையாடிக்கொண்டிருந்தார்கள், ஆண்கள்தான் பார்த்துக்கொண்டிருந்தார்கள். பெண்களுக்கு இது பிடிக்காது என்கிற எண்ணம்கூட இந்த விளையாட்டின் நிர்வாகிகளுக்கிடையில் இருந்திருக்கலாம். ஆனால், மக்கள்தொகையின் சரிபாதியாகிய பெண்களைக் கிரிக்கெட் வணிகம் அவ்வளவு எளிதாக விட்டுவிடுமா? பெண்களின் மூலம் வரக்கூடிய வருவாயை அவர்கள் இழக்க விரும்புவார்களா? யோசித்துப்பாருங்கள், ஒரு வீட்டில் இரண்டு ஆண்கள், இரண்டு பெண்கள் இருக்கிறார்கள், அவர்களில் ஆண்கள்மட்டும்தான் தொலைக்காட்சியில்

கிரிக்கெட் பார்க்கிறார்கள் என்றால், பார்வையாளர்களின் எண்ணிக்கை பாதியாகக் குறைந்துவிடுகிறது, அவர்களுக்குப் பிடித்த பொருட்களைமட்டும்தான் விளம்பரப்படுத்த இயலும், ஆகவே, விளம்பரச் சாத்தியங்களும் குறைந்துவிடுகின்றன. ஒருவேளை, எல்லாரும் கிரிக்கெட் பார்த்தால், இன்னும் கூடுதலான பொருட்களை விளம்பரப்படுத்தலாம், மேலும் கூடுதலாகச் சம்பாதிக்கலாம்.

இந்த நேரத்தில்தான் கிரிக்கெட் நிர்வாகிகளுக்கு *T20* எனப்படும் அதிவிரைவு கிரிக்கெட் போட்டிகள் கைகொடுத்தன. ஆறு நாட்கள் பொறுமையாக விளையாடப்பட்ட கிரிக்கெட் போட்டிகள் இப்போது சில மணி நேரங்களுக்குள் சுருக்கமாக விளையாடப்படுவதால்தானோ என்னவோ, பெண்களும் இவற்றைக் கவனிக்கத் தொடங்கினார்கள், புரிந்துகொள்ளத் தொடங்கினார்கள், பெரிய கிரிக்கெட் வீரர்களுக்கு ரசிகைகளானார்கள், நேரடி ஒளிபரப்பு என்றதும் ஆண்களுக்கு இணையாக இவர்களும் ஆர்வத்துடன் தொலைக்காட்சிக்கு முன்னால் அமரத் தொடங்கினார்கள். ஐபிஎல் போன்ற பளபளப்பான, வணிகம் சார்ந்த, பொழுதுபோக்கை மையமாகக் கொண்ட கிரிக்கெட் தொடர்கள் இந்த மாற்றத்தை மேலும் விரைவாக்கின.

WCAI எனப்படும் இந்தியப் பெண்கள் கிரிக்கெட் அமைப்பு 1973லேயே தொடங்கப்பட்டுவிட்டது. அந்த ஆண்டு டிசம்பர் மாதத்தில் 14 மகளிர் அணிகள் கலந்துகொண்ட ஒரு போட்டிகூட நடைபெற்றிருக்கிறது. எண்பதுகள், தொண்ணூறுகளில் இன்னும் பல இந்தியப் பெண்கள் கிரிக்கெட் விளையாடத் தொடங்கினார்கள். எனினும், இந்தக் காலகட்டத்தில் ஆண்கள் கிரிக்கெட்டுக்குக் கிடைத்த வெளிச்சம் இவர்களுக்குக் கிடைக்கவில்லை என்பதுதான் உண்மை. பெண்கள் கிரிக்கெட் பார்ப்பது குறைவு என்பதும் அதற்குக் காரணமாக இருக்கலாம்.

எடுத்துக்காட்டாக, 'கிரிக்கெட்டில் இந்தியா ஆஸ்திரேலியாவை வென்றது' என்கிற ஒரு செய்தியைப் படித்தால், நாம் ஆண் கிரிக்கெட்டர்களைத்தான் மனத்தில் எண்ணுகிறோம்.

ஆனால், அதே இந்தியாவிலும் ஆஸ்திரேலியாவிலும் பெண் கிரிக்கெட் அணிகளும் உள்ளன, உலகம்முழுக்கச் சென்று விளையாடிக்கொண்டிருக்கின்றன. ஆகவே, ஒருவேளை இந்தியப் பெண்கள் அணி வென்றிருக்கலாமோ என்று ரசிகர்களுக்குத் தோன்றுவதுகூட இல்லை. டென்னிஸைப்போல் கிரிக்கெட்டில் ஆண், பெண் வீரர்கள் சமமாகப் பின்தொடரப்படுகிற, பாராட்டப்படுகிற நிலை இன்னும் இல்லை.

அதே நேரம், கிரிக்கெட் விளையாடத் தேவையான உடல் தகுதி, கூர்ந்த அறிவு ஆகியவற்றிலும், சாதனைகளிலும் ஆண்களுக்குப் பெண்கள் குறைவில்லை என்பதை மகளிர் கிரிக்கெட்டர்கள் உலகம்முழுக்க மீண்டும் மீண்டும் நிரூபித்திருக்கிறார்கள். எடுத்துக்காட்டாக, ஒரு நாள் கிரிக்கெட் போட்டிகளில் முதல் இரட்டை சதம் அடித்தவர் சச்சின் டெண்டுல்கர்தான் என்று நாம் நினைத்துக்கொண்டிருக்கிறோம், ஆனால், அவருக்கு முன்பாகவே பெலிண்டா கிளார்க் என்ற ஆஸ்திரேலியப் பெண் இந்தச் சாதனையை நிகழ்த்திவிட்டார்!

இப்போதும், பெண்கள் எல்லாவகையான கிரிக்கெட்களும் விளையாடிக்கொண்டுதான் இருக்கிறார்கள்; ஊடக வெளிச்சம் கூடுதலாக இருக்கிற சூழ்நிலையில் அவர்கள்மீதும் அவ்வப்போது வெளிச்சம் படுகிறது, ‘அட, பெண்களும் கிரிக்கெட் விளையாடறாங்களே’ என்பதுபோல் வியப்புடன் பார்க்கத் தொடங்கிய ஆண், பெண் ரசிகர்கள் இப்போது அவர்களுடைய போட்டிகளையும் ஆர்வத்துடன் பின்தொடர்கிறார்கள், புகழ் பெற்ற பெண் கிரிக்கெட்டர்களைப்பற்றிப் பேசுகிறார்கள்.

இந்தியக் கிரிக்கெட் ரசிகர்கள் ஐபிஎல் எனப்படும் இந்தியன் பிரீமியர் லீக் T20 போட்டிகளைப் பார்த்து மகிழ்ந்துகொண்டிருக்கிற இந்த நேரத்தில், அதே வெளிச்சத்தைப் பெண்கள் கிரிக்கெட்டின்மீதும் சிறிது பாய்ச்சலாமே என்று இந்தியக் கிரிக்கெட் கட்டுப்பாட்டு வாரியம் (BCCI) எண்ணியுள்ளது, பெண்களுக்கான T20 போட்டித்தொடர் ஒன்றை அறிவித்துள்ளது. இந்தப் போட்டித் தொடரில் *Supernovas, Trailblazers, Velocity* என்ற மூன்று அணிகள்

விளையாடுகின்றன. புகழ் பெற்ற மகளிர் கிரிக்கெட்டர்களான ஹர்மன்பிரீத் கௌர், ஸ்மிருதி மந்தனா மற்றும் மித்தாலி ராஜ் ஆகியோர் முறையே இந்த மூன்று அணிகளுக்கும் தலைமையேற்று வழிநடத்துகிறார்கள். வரும் நவம்பர் மாதத்தில் *UAE*ல் நடைபெறவுள்ள இந்தப் புதிய சவாலுக்கு நாற்பதுக்கும் மேற்பட்ட பெண்கள் தயாராகிக்கொண்டிருக்கிறார்கள்.

ஆண்கள்மட்டும் விளையாடும் ஐபிஎல்லில் எட்டு அணிகள், நூற்றுக்கும் மேற்பட்ட போட்டிகள், ஆனால், பெண்களுக்கான *T20* தொடரில் மூன்றே அணிகள்தாம், நான்கே போட்டிகள்தாம். இது சற்று ஏமாற்றம் அளித்தாலும், பரிசோதனை அடிப்படையில் நடைபெறுகிற போட்டித்தொடர் என்பதால், இதை ஏற்றுக்கொள்ளலாம். இந்தப் போட்டிகளுக்கு மக்கள் அளிக்கும் வரவேற்பு, விளம்பர வருவாய் போன்றவற்றைப் பொறுத்து அடுத்தடுத்த ஆண்டுகளில் இன்னும் பல மகளிர் அணிகள் உருவாகும் என்று நம்பலாம்.

மகளிர் கிரிக்கெட்டின் வளர்ச்சி விளையாட்டுக்கும் வணிகத்துக்கும் உதவும் என்பது ஒருபுறமிருக்க, அது ஒரு சமூக மாற்றத்துக்கும் வழிவகுக்கும். மேலும் கூடுதலான பெண்கள் பள்ளி, கல்லூரி நிலையில் விளையாடத் தொடங்குவார்கள், விளையாட்டைத் தொழிலாகக் கொள்ளும் வாய்ப்புகளும் அவர்களுக்கு உருவாகும், அந்தவிதத்தில் பெண்கள் கிரிக்கெட்டை ஆதரிக்கவேண்டியதும் ஊக்கப்படுத்தவேண்டியதும் நம் எல்லாருடைய கடமை.

அதற்கு நாம் செய்யக்கூடிய முதல் வேலை, கிரிக்கெட் பார்க்கிற அல்லது விளையாடுகிற ஒரு பெண்ணை, ‘இதெல்லாம் ஆம்பளைங்க விளையாட்டு, உனக்கு எதுக்கு?’ என்று அலட்சியப்படுத்தாமலிருக்கலாம். ஏனெனில், அந்தக் களம் அவர்களுக்கும் சொந்தமானதுதான்!

(அக்டோபர் 2020)

6. தூய்மை தொடங்கும் இடம்

சமீபத்தில் பெங்களூரில் ஒரு புதுமையான நிகழ்வுக்கு ஏற்பாடுசெய்திருந்தார்கள். அதன் பெயர், Plogging.

Picking Litter (குப்பை பொறுக்குதல்) + Jogging (ஓடுதல்) ஆகியவற்றின் தொகுப்புதான் *Plogging*. அதாவது, ஒரு குறிப்பிட்ட பாதையில் ஒரே நேரத்தில் பலர் ஓடுவது, வழியில் தென்படும் குப்பைகளைச் சேகரித்து நகரைத் தூய்மைப்படுத்துவது.

*Plogging*ஐத் தமிழில் 'பொறுக்கோட்டம்' என்று அழைக்கலாம். பொறுக்குதல் என்ற சொல் பெரும்பாலும் தவறான பொருளில் கையாளப்படுவது உறுத்தலாக இருந்தால், 'தூய்மையோட்டம்' என்று மாற்றிக்கொள்ளலாம்.

பெயர் முக்கியமில்லை, அதன் பின்னால் இருக்கும் சிந்தனைதான் முக்கியம். நகரம் தூய்மையாக இருக்கவேண்டும், அதற்கு நம்மால் ஆனதைச் செய்வோம்.

'பெங்களூரில் *Plogging*' என்று நான் இணையத்தில் வாசித்துக்கொண்டிருந்தபோது, பேருந்தில் என்னருகில் ஓர் இளைஞர் அமர்ந்திருந்தார். மடிக்கணினிப் பை, கழுத்தில் பெருநிறுவனத்தின் அடையாள அட்டைப் பட்டை என

நாகரிகமாகத்தான் இருந்தார். அரைலிட்டர் அளவுள்ள சிறு பாட்டில் ஒன்றில் தூய நீர் அருந்திக்கொண்டிருந்தார். அதைக் குடித்துமுடித்ததும், சட்டென்று ஜன்னல்வழியே வீசி எறிந்தார்.

இவர் ஓர் எடுத்துக்காட்டுதான்; இப்படி நாள்தோறும் பலரைப் பார்க்கிறேன். தங்கள் உடலுக்கு மிகத் தூய்மையான, யாருடைய கையும் படாமல் தயாரிக்கப்பட்ட பொருட்களை உட்கொள்வார்கள்; மறுகணம் சாலையில் குப்பைபோடுவார்கள். இதுபற்றிய சிறு குற்றவுணர்வையும் இவர்களுடைய முகத்தில் நான் கண்டதில்லை.

என்னருகில் அமர்ந்திருந்தவர் அப்படி பாட்டிலை வெளியில் வீசி எறிந்தபோது, நான் அனிச்சையாகப் பின்னால் திரும்பிப்பார்த்தேன். அங்கே *Plogging* என்ற பெயரில் பலர் ஓடிவந்துகொண்டிருப்பதுபோலவும், அவர்கள் இவருடைய பாட்டில் குப்பையைப் பொறுக்கியெடுத்துத் தங்கள் பையில் போட்டுக்கொண்டு தொடர்ந்து ஓடுவதுபோலவும் கற்பனைசெய்துகொண்டேன்.

ஒரே பிரச்னை, குப்பைபோடுகிறவர்கள் அதிகம், குப்பைபொறுக்குகிறவர்கள் குறைவு. நகரம் எப்படித் தூய்மையாகும்?

தூய்மை என்பது மேலும்மேலும் அதிகப்பேர் குப்பை பொறுக்குவதால் வருகிறதா? அல்லது, மேலும்மேலும் அதிகப்பேர் குப்பைபோடுவதை நிறுத்துவதால் வருகிறதா?

மக்களிடம் சம்பளத்தைக் கொடுத்துவிட்டுப் பின்னர் அதற்கு வருமான வரி செலுத்தச்சொன்னால் ஏய்ப்பவர்கள் சதவிகிதம் அதிகரிக்கும். ஆகவே, அரசாங்கம் *TDS (Tax Deducted At Source)* என்ற பெயரில் வருமான வரியைப் பிடித்துக்கொண்டுதான் சம்பளத்தைக் கொடுக்கிறது. வேறுவழியில்லாமல் பலரும் உண்மையாக வரி செலுத்தவேண்டிய கட்டாயம் ஏற்பட்டுவிடுகிறது.

அதுபோல, ஒரு சமூகத்தில் பெரும்பான்மையானோர் *GCS(Garbage Collected At Source)*ஐப் பின்பற்றினால்தான் உண்மையான

தூய்மை சாத்தியப்படும். அதாவது, குப்பையை ஒருவர் வீசி எறிந்தபின் இன்னொருவர் பொறுக்குவதைவிட, வீசுபவரே அதைச் சரியான இடத்தில் (குப்பைத்தொட்டி அல்லது மறுசுழற்சி மையம்) சேர்க்கிற பழக்கம் வரவேண்டும்.

இது நாம் நினைப்பதுபோல் கடினமில்லை. ஒரு பிஸ்கட் பொட்டலத்தைப் பிரித்துச் சாப்பிட்டபின் உறையை வீசி எறியாமல் நம் சட்டைப்பையில் போட்டுக்கொள்ளலாம், அல்லது, முதுகுப்பையில் அதற்கென்று ஒரு சிறு பகுதியை ஒதுக்கிவைக்கலாம், இப்படி நாள்முழுக்கச் சேகரித்த சிறு குப்பைகளைப் பின்னர் ஒரு குப்பைத்தொட்டியில் சேர்க்கலாம்.

'அய்யய்யே, குப்பையைப் பாக்கெட்டில் போட்டுக்கொள்வதா?' என்று அருவருத்தீர்களானால், அதைச் சாலையில் வீசி எறியும்போது அந்த அருவருப்பு வரவில்லையென்றால், அந்தச் சுயநலம்தான் மிகப்பெரிய குப்பை. காகிதம், பிளாஸ்டிக் குப்பைகளை எப்படியோ அகற்றிவிடலாம், இதை அகற்றினால்தான் உண்மையான தூய்மை.

(செப்டம்பர் 2018)

7. பாடலிபுத்திரம்: வடக்கும் தெற்கும் இணையும் வரலாறு

பாடலிபுத்திரம் என்ற பெயரை வரலாற்றுப்பாடத்தில் வாசித்திருக்கிறோம். இன்றைய பீகாரின் தலைநகரமான பாட்னாதான் அது என்றும் தெரிந்துகொண்டிருக்கிறோம்.

இந்தப் பாடலிபுத்திரத்தை நிறுவியவர் அஜாதசத்துரு; இவர் பிம்பிசாரர் என்ற மகதப் பேரரசருடைய மகன்.

அப்போது மகதப் பேரரசின் தலைநகரமாக ராஜகிரகம் என்ற ஊர் இருந்தது. இதுவும் இன்றைய பீகார் மாநிலத்தில்தான் உள்ளது; 'ராஜ்கிர்' என்று இப்போது அழைக்கப்படுகிறது; பாட்னாவிலிருந்து சுமார் 100கிமீ தொலைவில் உள்ளது.

பிம்பிசாரருடைய மகன் அஜாதசத்துரு மகதப் பேரரசின் எதிரிகளைச் சிறப்பாகக் கண்காணிக்க விரும்பியதாகவும், அதற்காகப் பாடலிபுத்திரம் என்ற நகரை இந்தியாவின் மையத்தில் உருவாக்கியதாகவும் தமிழண்ணல் எழுதுகிறார். கங்கை ஆற்றின் கரையிலிருந்த பாடலி என்ற கிராமத்தில் அஜாதசத்துரு கட்டிய கோட்டைக்குதான் 'பாடலிபுத்திரம்' என்ற பெயர் சூட்டப்பட்டதாகவும், பின்னர் அது ஒரு நகரமாக வளர்ந்ததாகவும் எஸ். ராமகிருஷ்ணன் குறிப்பிடுகிறார்.

பாடலிபுத்திரம் என்ற பெயருக்குப் பல காரணங்கள் சொல்லப்படுகின்றன; அவ்வூரைச்சுற்றிப் பாடல மலர்கள் அதிகம் இருந்ததால் அந்தப் பெயர் வந்ததாகச் சொல்கிறார்கள்; ‘பாடலி’ என்ற பெண்ணின் மகனைக் குறிப்பதாகச் சொல்கிறார்கள்; ‘பாடலிபுரம்’ என்பதுதான் பாடலிபுத்திரம் என மாறிவிட்டதாகவும் சொல்கிறார்கள்.

மகதப் பேரரசில் பாடலிபுத்திரம் மிகச்சிறப்பாக வளர்ந்தது; நன்கு திட்டமிடப்பட்ட நகரம் அது, மிகச்சிறந்த கலைஞர்கள் அதை உருவாக்கினார்கள், சிறந்த நிர்வாகக்குழுவினர் அதனைக் கவனித்துக்கொண்டார்கள். பின்னர் வந்த நந்தர்கள், மௌரியர்களும் பாடலிபுத்திரத்தையே தங்கள் தலைநகரமாகக் கொண்டு ஆண்டார்கள்.

இந்தக் காலகட்டத்தில் பாடலிபுத்திரத்தின் புகழ் எங்கும் பரவியது; அங்கிருந்து தொலைதூரத்திலிருக்கும் நம் தமிழகத்தில்கூட பாடலிபுத்திரத்தின் பெயரும் வளமும் அறியப்பட்டிருந்ததற்கு இலக்கியச்சான்றுகள் உள்ளன.

தலைவனைப் பிரிந்து தலைவி வாடுகிறாள்; அவன் எப்போது வருவான் என்று ஏங்குகிறாள்.

தலைவி வருந்துவதைப் பார்த்ததும் தோழிக்கும் வருத்தம்; ஆனால் என்ன செய்வது? அவன் திரும்பிவரும்வரை காத்திருக்கத்தானே வேண்டும்!

இந்த நேரத்தில் பாணன் வருகிறான், ‘பெண்ணே, உன் தலைவன் விரைவில் வந்துவிடுவான்’ என்று சொல்கிறான்.

அதைக்கேட்டதும் காதலியின் முகம் மலர்கிறது; தோழியும் மகிழ்கிறாள்.

ஆனாலும், அவளுக்குள் ஓர் ஐயம், ‘இந்தப் பாணனுக்குத் தலைவன் வரப்போகும் விஷயம் எப்படித் தெரியும்? இவனே தலைவனைச் சந்தித்துப் பேசினானா? அல்லது, சந்தித்த யாரிடமாவது விசாரித்து அறிந்தானா? ஆம் எனில், யாரை விசாரித்தான்? அந்த நபருடைய பேச்சை நம்பலாமா?’

இந்தக் கேள்விகளையெல்லாம் அவள் பாணனிடமே நேரடியாகக் கேட்டுவிடுகிறாள், 'உனக்கு எப்படி இந்த விஷயம் தெரியவந்தது, சொல்!'

ஐயத்தைத் தெளிவுபடுத்திக்கொள்கிற அதே நேரத்தில், அவளுக்குள் மகிழ்ச்சியும் பொங்குகிறது, தலைவிக்கு நற்செய்தி சொன்ன பாணனை வாழ்த்துகிறாள், 'நீ சொன்னது உண்மையாக இருந்தால், உனக்கு எல்லா நலமும் கிடைக்கட்டும், நீ மிகுந்த செல்வத்தோடு வாழ்க!'

மிகுந்த செல்வம் என்றால், எப்படிப்பட்ட செல்வம்?

வெள்ளைத் தந்தங்களையுடைய யானைகள் சோணையாற்றில் படிந்து விளையாடுகிற, பொன்வளம் நிறைந்த பாடலிபுத்திர நகரம் உனக்குக் கிடைக்கட்டும் என்று வாழ்த்துகிறாள் தோழி. இதன் பொருள், அன்றைக்குப் பாடலிபுத்திரம் செல்வ மயமாக இருந்தது, அதைச் சொல்லி வாழ்த்தும் அளவுக்குச் செழித்திருந்தது.

'பொன்மலி பாடலி பெறீஇயர்' என்று தோழி வாழ்த்துகிற இந்தப் பாடல் குறுந்தொகையில் உள்ளது; எழுதியவர் படுமரத்து மோசிகீரனார்.

'சோணை' என்பது பாடலிபுத்திரத்துக்கு அருகில் ஓடிய ஓர் ஆறு; பொன்வளத்தைக் குறிக்கும் 'சொர்ணமுகி' என்ற ஆற்றின் பெயர்தான் தமிழில் சோணை என எழுதப்படுவதாகச் சொல்கிறார்கள்.

கொங்குவேளிர் இயற்றிய பெருங்கதையிலும் பாடலிபுத்திரத்தைப் பற்றிய ஒரு குறிப்பு வருகிறது: 'பாடலி பிறந்த பசும்பொன் வினைஞரும்...'

இதன் பொருள், பாடலிபுத்திரத்தில் பசும்பொன்னைக்கொண்டு அழகிய நகைகளைச் செய்யக்கூடிய வினைஞர்கள் இருந்திருக்கிறார்கள். பொன் நிறைந்த பாடலிபுத்திரம் என்று குறுந்தொகை சொல்வதையும் இதையும் ஒப்பிட்டுக் காணலாம்: தங்கம் அதிகமுள்ள இடத்தில்தானே தங்கத்தைக்கொண்டு

சிறப்பான கலைப்பொருள்களை உருவாக்கக்கூடியவர்களும் இருப்பார்கள்!

அகநானூற்றில் மாமூலனார் எழுதிய பாடலொன்றிலும் பாடலிபுத்திரம் வருகிறது; அது ஒரு சுவையான கதையைச் சொல்கிறது:

‘பல்புகழ் நிறைந்த வெல்போர் நந்தர்
சீர்மிகு பாடலிக் குழீஇக் கங்கை
நீர்முதல் கரந்த நிதியம்...’

தலைவன் தலைவியைப் பிரிந்து செல்கிறான். அதனால் தலைவி வருந்துகிறாள், ‘அவர் தேட விரும்பிய பொருட்செல்வம் மிகப்பெரியதோ?’ என்று ஏங்குகிறாள். ‘ஒருவேளை, பாடலிபுத்திரத்தில் கங்கைக்கரையில் நந்தர்கள் ஒளித்துவைத்திருந்த பெருஞ்செல்வமோ அது?’

இந்த வரிகளின் பொருள்: மிகுந்த புகழ்பெற்ற, பல போர்களில் வென்ற நந்தர்களிடம் மிகுந்த செல்வம் இருந்தது; அதைப் பகைவர்கள் கைப்பற்றிவிடுவார்களோ என்று அஞ்சினார்கள்; அந்தச் செல்வத்தையெல்லாம் ஒரு பேழையில் போட்டு ஆற்றங்கரையில் ஒளித்துவைத்திருந்தார்கள்.

இது வரலாற்றுக்குறிப்பா, அல்லது செவிவழி நம்பிக்கையா என்பது தெரியவில்லை; ஆனால், பாடலிபுத்திரத்தில் நடந்ததாக நம்பப்படும் இந்த விஷயம் இங்கு தமிழகம்வரை பரவியிருப்பது தெரியவருகிறது.

மாமூலனாரின் பாடல்களில் இப்படிப் பல வரலாற்றுச்செய்திகள் இருப்பதால், அவரை ‘வரலாற்றுப்புலவர்’ என்றே அழைக்கிறார்கள். இவருடைய இன்னோர் அகநானூற்றுப் பாடலில் மௌரியர்கள்கூடக் குறிப்பிடப்படுகிறார்கள். இதே பாடலில் நந்தர்களின் செல்வத்தைப்பற்றிய இன்னொரு குறிப்பையும் எழுதியிருக்கிறார் மாமூலனார்.

இங்கும் ஒரு தலைவன் தலைவியைப் பிரிந்து செல்கிறான். அவனுடைய பிரிவால் வருந்திய தலைவிக்குத் தோழி ஆறுதல்

சொல்கிறாள், 'நீ கவலைப்படாதே தோழி, அவன் விரைவில் வந்துவிடுவான்' என்கிறாள்.

'எப்படிச் சொல்கிறாய்?'

'அவனைப் பிரிந்து நீ அனுபவிக்கும் துன்பத்தைப்பற்றி அவன் கேட்டால் போதும், உடனே வந்துவிடுவான்.'

'ஆனால், அவர் பணம் சேர்க்கச் சென்றிருக்கிறாரே, எனக்காகத் திரும்பி வருவாரா?'

'உன்னைவிட அவருக்குப் பணமா பெரியது? அந்த நந்தர்களுடைய செல்வமே கிடைத்தாலும் அவன் அங்கு தங்கமாட்டான், வந்துவிடுவான்!'

> 'நந்தன் வெறுக்கை எய்தினும் மற்று அவண்
> தங்கலர்...'

பாடலிபுத்திரத்தைச்சுற்றியிருந்த பாடல மலர்களைப்பற்றிப் ப. ராமஸ்வாமி எழுதுகிறார். 'பாதிரி' என்ற மலரின் பெயர்தான் வடமொழியில் 'பாடலி' என்று அமைந்ததாக ஞா. தேவநேயப்பாவாணர் குறிப்பிடுகிறார்.

பெரியபுராணத்திலும் பாடலிபுத்திரம் வருகிறது: மருள்நீக்கியார் என்ற இயற்பெயருடன் பிறந்த திருநாவுக்கரசர் சமண மதத்துக்கு மாறியதைக் குறிப்பிடும் பாடல் இப்படித் தொடங்குகிறது: 'பாடலிபுத்திரம் என்னும் பதி அணைந்து சமண்பள்ளிமாடு அணைந்தார்.'

அதாவது, மருள்நீக்கியார் பாடலிபுத்திரத்துக்குச் சென்றார், அங்குள்ள சமணர் பள்ளியைச் சென்றடைந்தார்.

தமிழகத்தில் பிறந்த மருள்நீக்கியார் பீகார்வரை சென்று சமணரானாரா என்று குழம்பவேண்டாம்; இது வேறு பாடலிபுத்திரம்.

ஆம், அன்றைய இந்தியாவில் இரண்டு பாடலிபுத்திரங்கள் இருந்திருக்கின்றன; அவற்றில் ஒன்றுதான் இன்றைய பீகாரிலுள்ள பாட்னா; இன்னொன்று, தமிழகத்திலுள்ளது. அதன் இப்போதைய பெயர் 'திருப்பாதிரிப்புலியூர்'.

கங்கைக்கரையிலிருந்த பாடலிபுத்திரத்தைப்போலவே, இங்கு கெடிலநதிக்கரையிலிருந்த பாடலிபுத்திரமும் சிறந்து விளங்கியதாகக் குறிப்பிடுகிறார் ரா. பி. சேதுப்பிள்ளை. இரு பாடலிபுத்திரங்களும் கலைக்களஞ்சியங்களாகத் திகழ்ந்ததாகச் சொல்கிறார்.

அங்கிருந்த பாடலிபுத்திரத்தில் பௌத்தம் செழித்து வளர்ந்தது; அதுபோல, இங்கிருந்த பாடலிபுத்திரத்தில் (திருப்பாதிரிப்புலியூரில்) சமணர் மடங்கள் இருந்ததைக் குறிப்பிடுகிறார் சு. இராசு. அங்கிருந்த திகம்பர ஜைன மடம் புகழ்பெற்றுத் திகழ்ந்ததாகச் சொல்கிறார் மயிலை சீனி. வேங்கடசாமி.

வடக்கில் பாடலிபுத்திரம் நகரம் சிறந்து விளங்கியதால், தமிழகத்திலும் அப்பெயரில் ஒரு நகரம் அமைக்கப்பட்டதாகச் சிவக்கவிமணியார் குறிப்பிடுகிறார். இங்கும் பாடல மலர்கள் அதிகம் இருந்ததால் அப்பெயர் அமைந்திருக்கலாம்.

அதனால்தான், சமணராக மாறிய மருள்நீக்கியார் இந்தத் தென்னாட்டுப் பாடலிபுத்திரத்துக்குச் சென்றிருக்கிறார். இந்நகரைப்பற்றி இன்னும் பல குறிப்புகள் பெரியபுராணத்தில் உள்ளன.

'தொன்மையிற் பாடலிபுத்திர நகர்' என்று சேக்கிழார் ஓரிடத்தில் குறிக்கிறார். இதன் பொருள், திருநாவுக்கரசருக்குமுன்பே இந்நகரம் புகழோடு இருந்திருக்கிறது.

பாடலிபுத்திரத்தின் ஜைன மடத்தில் சிம்மசூரி என்ற ஜைனப்பெரியார் இருந்ததாகவும், அவர் இங்கிருந்தபடி சிம்மவர்மன் என்ற அரசனுடைய நூலை மொழிபெயர்த்ததாகவும் மயிலை சீனி. வேங்கடசாமி எழுதுகிறார். இந்த ஜைன மடத்துக்குதான் பின்னர் மருள்நீக்கியார் தலைவராகிறார். அப்போது அவருடைய பெயர் 'தருமசேனர்.'

பின்னர், மருள்நீக்கியார் சைவசமயத்துக்குத் திரும்புகிறார்; 'திருநாவுக்கரசர்' என்ற பெயர் பெறுகிறார்; சிவபெருமானைப்போற்றிப் பாடத்தொடங்குகிறார். இதனால்

வெகுண்ட சமணர்கள் அரசன் துணையோடு அவருக்குத் தீங்கு செய்கிறார்கள்; அவர் அனைத்தையும் இறைவர் அருளால் வெல்கிறார்.

சமணர்களுக்குத் துணையாக நின்ற அரசன் மனம் மாறுகிறான்; அவரிடம் மன்னிப்பு கேட்கிறான்; பாடலிபுத்திரத்திலிருந்த சமணர் பள்ளிகளை இடிக்கிறான். அவற்றைக்கொண்டு திருவதிகையில் 'குணபரவீச்சரம்' என்ற திருக்கோயிலைக் கட்டுகிறான்.

இன்றைக்குத் திருப்பாதிரிப்புலியூர் ஒரு புகழ்பெற்ற சிவத்தலமாகத் திகழ்கிறது. அங்குள்ள சிவபெருமானுக்குப் 'பாடலீஸ்வரர்' என்று பெயர். பாடலம்/பாதிரி ஆகிய இரு பெயர்களும் ஒரே மலரைக் குறிப்பவைதான்.

திருப்பாதிரிப்புலியூரில் எழுந்தருளியிருக்கும் சிவபெருமானைத் திருநாவுக்கரசரும் திருஞானசம்பந்தரும் பாடியிருக்கிறார்கள். கடலூருக்கு மிக அருகிலுள்ள இந்தத் தலத்தில் வழிபடுவதற்காகச் சிவ அன்பர்கள் நாள்தோறும் வருகிறார்கள்.

'பாட்னா' எனப்படும் பாடலிபுத்திரமும் புகழ்பெற்ற சுற்றுலாத்தலம்தான். 'தொடங்கிய நாள்முதலாகத் தலைநகரமாக இருக்கும் ஊர்' என்று அங்குள்ள மக்கள் பெருமையோடு சொல்கிறார்கள். வரலாறுநெடுக இந்த ஊருக்குக் குசுமபுரம், புஷ்பபுரம், அஜீமாபாத் என்று பல பெயர்கள் இருந்திருக்கின்றன. இங்கு நிகழ்த்தப்பட்டுள்ள அகழ்வாராய்ச்சிகளில் பல அரிய வரலாற்றுத் தகவல்கள் தெரியவந்துள்ளன.

வடநாட்டுப் பாடலிபுத்திரத்துக்கும் தென்னாட்டுப் பாடலிபுத்திரத்துக்குமிடையே இரண்டாயிரம் கிலோமீட்டர்களுக்குமேல் இடைவெளி. ஆனாலும், கலைவளம், வரலாற்று முக்கியத்துவம் ஆகியவற்றில் இவ்விரு நகரங்களும் ஒத்துள்ளன. தமிழ்ப்புலவர்களும் இவற்றை அரிய குறிப்புகளுடன் பதிவுசெய்திருக்கிறார்கள்.

(ஆகஸ்ட் 2018)

8. தாய்மார்களுக்குச் சம்பளம், பென்ஷன்

உலகெங்கும், படிக்கிற, வேலைக்குச்செல்கிற பெண்களின் சதவிகிதம் தொடர்ந்து அதிகமாகிக்கொண்டிருக்கிறது. இதன்மூலம் அவர்கள் நிதி விஷயங்களில் பிறரைச் சார்ந்திருக்கும் நிலை மாறிவருகிறது.

அதேசமயம், இந்த வேகத்துக்கு முட்டுக்கட்டை போடக்கூடிய ஒரு விஷயம், குழந்தை பெற்றுக்கொள்வது.

பெண்கள் குழந்தை பெற்றுக்கொள்வதற்கு உடலளவில், மனத்தளவில் தயாராகிற வயதும், அவர்கள் தங்களுடைய தொழில்சார்ந்து முன்னேறுவதற்கான வாய்ப்புகள் அதிகம் கிடைக்கிற வயதும் கிட்டத்தட்ட ஒன்றாக உள்ளன. இதனால், இந்த இரண்டில் எதை முதலில் தேர்ந்தெடுப்பது, எதற்கு அதிக முக்கியத்துவம் தருவது என்கிற பெரிய கேள்வியை அவர்கள் சந்திக்கவேண்டியிருக்கிறது.

அரசும் நிறுவனங்களும் இந்த நிலையை மாற்றுவதற்குப் பெரும் முனைப்புகளை எடுத்துவருகின்றன; வேலைக்குச் செல்லும் பெண்கள் குழந்தை பெற்றுக்கொள்ளத் தீர்மானிக்கும்போது அவர்களுக்குக் கிடைக்கும் விடுப்பு முதலான வாய்ப்புகளில்

தொடங்கி அவர்கள் மீண்டும் பணிக்குத் திரும்பும்போது பணிநேரத்தை நெகிழ்வாக்கித்தருதல், புதிய தொழில்நுட்பங்கள், திறமைகளைக் கற்றுக்கொள்ள வாய்ப்புகளை உருவாக்குதல் என்று பல விஷயங்களில் முன்னேற்றம் வந்துள்ளது. ஆனால், இவை எல்லாத்துறைகளிலும் இல்லை, இந்த விஷயத்தில் நன்கு முதிர்ச்சியடைந்துள்ள துறைகளில்கூட, இதற்கான முயற்சிகள் போதாது என்றுதான் சொல்லவேண்டியிருக்கிறது.

ஆக, குழந்தை பெற்றுக்கொள்ள விரும்பும் ஒரு பெண் பல கேள்விகளைச் சந்திக்கவேண்டியிருக்கிறது; முக்கியமாக, தன்னுடைய இந்தத் தீர்மானத்தால் தன் குடும்பத்துக்குப் பொருளாதாரச் சிரமங்கள் ஏற்படுமா என்கிற குழப்பம் அவர்களுடைய திட்டமிடலைப் பாதிக்கிறது; கர்ப்பக் காலகட்டத்தை அவர்களால் ரிலாக்ஸ் மனநிலையுடன் அனுபவிக்க இயலுவதில்லை; பலர் விரைவில் பணிக்குத் திரும்பிவந்துவிட நேர்கிறது; அதன்பிறகு வேலைக்கும் குழந்தைக்கும் தங்கள் நேரத்தைப் பகிர்ந்துகொடுக்கவேண்டியிருக்கிறது.

இந்தப் பிரச்னைகளையெல்லாம் பல பத்தாண்டுகளுக்குமுன்பே ஒரு சிறு தேசம் சிந்தித்திருக்கிறது; அவற்றை ஏற்கத்தக்கவகையில் சரிசெய்துமிருக்கிறது என்றால் நம்புவீர்களா?

அந்தத் தேசத்தின் பெயர் ஃபின்லாந்து. ஐரோப்பாவிலிருக்கும் மிகச்சிறிய நாடு. சுமார் அரைக்கோடி மக்கள்மட்டுமே இங்கு வாழ்கிறார்கள்.

இரண்டாம் உலகப்போரில் பெரிதும் பாதிக்கப்பட்ட நாடுகளில் ஒன்று ஃபின்லாந்து. இதனால், அங்கு ஆண்களுக்கு இணையாகப் பெண்களும் பணிக்குச்செல்லவேண்டிய கட்டாயம் ஏற்பட்டது. மற்ற பல நாடுகளையும்விட வேகமாக ஃபின்லாந்தில் உழைக்கும் மகளிரின் எண்ணிக்கை அதிகரித்தது.

அதேசமயம், குழந்தை பெற்றுக்கொள்ள விரும்புகிற, அல்லது, வளரும் குழந்தைகளைக் கொண்ட தாய்மார்களுக்கு இது பெரும் சிரமத்தை உண்டாக்கியது. அவர்கள் பணிக்குச்சென்று

சம்பாதிக்காவிட்டால் குடும்பத்துக்குப் பொருளாதார இழப்பு ஏற்படும்; குழந்தைக் காப்பகங்களும் போதுமான அளவில் இல்லை, அப்படியே இருந்தாலும், என் பிள்ளையை நான் வளர்க்க விரும்புகிறேன் என்று நினைக்கும் ஒரு தாய் அதற்காகத் தன்னுடைய சம்பளத்தை விட்டுக்கொடுக்கத்தான் வேண்டுமா?

சம்பளம் ஒருபுறமிருக்க, வேலைக்குச்செல்லும் பெண்களுக்கு ஓய்வூதியமும் சேர்கிறது; வீட்டில் குழந்தைகளைப் பார்த்துக் கொள்ளும் பெண்கள் அதையும் இழக்கவேண்டியிருக்கிறது.

இவற்றையெல்லாம் தொகுத்துப்பார்த்த மர்யாட்டா வானானென் என்ற பத்திரிகையாளர் இந்தச் சமூக அநீதிபற்றி விரிவாக எழுதத்தொடங்கினார், 'வீட்டில் குழந்தைகளைப் பார்த்துக்கொள்வதும் ஒரு பணிதான்; அதற்கும் சம்பளம், பிற சலுகைகள் வழங்கப்படவேண்டும்.'

குழந்தையை வளர்க்கும் பணிக்குச் சம்பளம் என்பது மேலோட்டமாகப் பார்க்கும்போது அதிர்ச்சியளிக்கிற விஷயமாகத் தோன்றலாம்; ஆனால், தன் குழந்தையைத் தானே வளர்ப்பது என்ற தீர்மானத்தை எடுக்கிற ஒரு தாய் அதற்காகத் தன் வருவாய் சாத்தியங்களை இழக்கிறார், அதனால் குடும்பம் கூடுதல் அழுத்தத்துக்கு ஆளாகிறது என்ற பின்னணியில் பார்க்கும்போது, குழந்தை வளர்ப்புக்காக அவர் செய்கிற பணிகளின் அளவை எண்ணும்போது இது மிக நியாயமான கோரிக்கை என்பது புரியும்.

ஆனால், மர்யாட்டாவின் கோரிக்கை அத்தனை விரைவாக ஏற்கப்படவில்லை; பல ஆண்டுப் போராட்டத்துக்குப்பிறகு 1986ல்தான் 'வீட்டுப் பராமரிப்பு உதவித்தொகை' அமலுக்கு வந்தது. அதாவது, பள்ளி செல்லும் வயதுக்குட்பட்ட குழந்தைகளை வீட்டில் வளர்ப்பதற்காகப் பெற்றோருக்கு வழங்கப்படும் உதவித்தொகை இது.

ஒருவேளை, தாய் தன்னுடைய பணிக்குத் திரும்ப விரும்பினால், அப்போது இந்த உதவித்தொகை வழங்கப்படாது; அதற்குப் பதிலாக, அவர்கள் நகராட்சிக் காப்பகத்தில் குழந்தைகளை

விட்டுவிட்டு வேலைக்குச் செல்லலாம். எப்படிப் பார்த்தாலும் இதனால் அவர்களுக்குக் கூடுதல் செலவு இல்லை.

தாய்மார்களுக்கு ஃபின்லாந்தில் இன்னொரு வாய்ப்பும் உண்டு; அவர்கள் ‘குடும்பக் குழந்தை கவனிப்பாளர்’களாகப் பணியாற்றலாம். அதாவது, தங்கள் குழந்தையுடன் இன்னும் சில குழந்தைகளையும் கவனித்துக்கொள்ளலாம், அதற்கு உள்ளூர் அதிகார அமைப்பும் பிற பெற்றோரும் அவர்களுக்கு ஒரு தொகையைச் சம்பளமாக வழங்குவார்கள், அவர்களுக்கு ஓய்வூதிய உரிமையும் உண்டு.

ஃபின்லாந்தில் சுமார் 25% குழந்தைகள் ‘குடும்பக் குழந்தை கவனிப்பாளர்’களுடைய அக்கறையான அரவணைப்பில் வளர்கிறார்கள். இதன் பொருள், வேலைக்குச் செல்லும் ஒரு தாய் தன்னுடைய குழந்தை ஏதோ ஒரு வணிக அமைப்பின் பொறுப்பில் இல்லை, இன்னொரு தாயின் பாதுகாப்பில் இருக்கிறது என நிம்மதியாக உணரலாம்.

காப்பகச் செலவும் இங்கு குறைவு. தனியாருடன் அரசும் காப்பகங்களை நடத்திவருவதால் குடும்பங்கள் தங்கள் தகுதிக்கேற்ற கட்டணத்தைச் செலுத்தினால் போதும். மற்ற பல நாடுகளைப்போல் காப்பகம் என்பது ஆடம்பரமாக இங்கு பார்க்கப்படுவதில்லை, ஓர் அவசியத்தேவையாகவே கருதப்படுகிறது.

இந்தத் திட்டங்களுடன் கர்ப்பகால விடுமுறை, தந்தையர்களுக்கான விடுமுறை போன்றவற்றைச் சேர்த்துப் பார்க்கும்போது, குழந்தை பெற்றுக்கொள்வதால் பெண்களோ அவர்களுடைய குடும்பத்தினரோ எந்தப் பொருளாதார இழப்பையும் சந்திக்கவேண்டியதில்லை; மிகுந்த தொலைநோக்குச் சிந்தனையுடன் உருவாக்கப்பட்டுள்ள இந்தத் திட்டங்களை லட்சக்கணக்கான பெற்றோர் பயன்படுத்திக்கொள்கிறார்கள்; ஃபின்லாந்துக் குழந்தைகள் ஆரோக்கியமாகவும் மகிழ்ச்சியுடனும் வளர்கின்றன. ஃபின்லாந்துக் குழந்தைவளர்ப்பில் வியப்பான இன்னொரு விஷயம், இங்கு தாய்மார்களைவிடத் தந்தைமார்கள் குழந்தைகளுடன் அதிக நேரம் செலவிடுகிறார்கள். உலகில்

வேறெந்த நாட்டிலும் சாத்தியமில்லாத இந்த அற்புதத்தின் பொருள், குழந்தைவளர்ப்புக் கடமையைத் தாய், தந்தை என இருவரும் பகிர்ந்துகொள்கிறார்கள்.

இன்னொரு வியப்பான புள்ளிவிவரம்: ஃபின்லாந்துப் பாராளுமன்றத்தில் 42% பெண்கள். 11 அமைச்சர்களில் பாதிக்குமேல் பெண்கள்.

ஆட்சி, அதிகாரத்தில் பெண்களுக்குச் சம பங்கு இருந்தால் இதுபோன்ற அதிசயங்களெல்லாம் நடக்கும்போல!

(ஜூலை 2018)

௯. உலகெங்கும் தமிழ்

தேமதுரத் தமிழோசை உலகமெலாம் கேட்கவேண்டும் என்று விரும்பினார் பாரதியார். அதற்குமுன்பே தமிழோசை தமிழகத்தைக் கடந்து இந்தியாவின் பிற மாநிலங்களில், உலக நாடுகளில் கேட்கத் தொடங்கியிருந்தது; அந்த எண்ணிக்கை இன்னும் அதிகமாகவேண்டும் என்பதுதான் பாரதியாருடைய விருப்பம்.

இன்றைக்கு அந்தக் கனவு பெருமளவு நிறைவேறியிருக்கிறது. இந்தியாவில் அநேகமாக எல்லா மாநிலங்களிலும் தமிழர்கள் குடியேறிச் சிறந்துவிளங்குகிறார்கள், உலகில் பல நாடுகளில் தமிழ்க் குரல்களைக் கேட்க முடிகிறது. சில நாடுகளில் தமிழர்கள் கணிசமான எண்ணிக்கையில் வாழ்கிறார்கள். ஆட்சி மொழிகளில் ஒன்றாகத் தமிழ் இடம்பெற்றிருக்கிறது. பெப்ஸி, கூகுள் போன்ற புகழ்பெற்ற பன்னாட்டு நிறுவனங்களின் தலைமைப்பொறுப்புகளில் தமிழர்கள் அமர்ந்திருக்கிறார்கள்.

இந்திய மொழிகளில் ஒன்றான தமிழ், இத்தனை உலக நாடுகளுக்குச் சென்றது எப்படி?

இலங்கை

இந்தியாவுக்கு வெளியே பெரும் எண்ணிக்கையில் தமிழ் பேசுபவர்கள் அமைந்திருக்கும் நாடு இலங்கை. அந்நாட்டில் ஐந்தாம் நூற்றாண்டுக்கு முற்பட்டவையாக அடையாளம் காணப்பட்டுள்ள ஆயிரக்கணக்கான பிராமி சாசனங்களில் தமிழ்ப் பிராமி எழுத்தும் தமிழ்ப் பெயர்களும் காணப்படுகின்றன என்கிறார் கல்வெட்டு ஆய்வாளர் பரமு புஷ்பரட்ணம். தமிழகத்தைப்போல் தமிழைத் தாய்மொழியாகக் கொண்ட மக்கள் பண்டுதொட்டு இலங்கையில் வாழ்ந்ததற்கான சான்றாக இவை அமைகின்றன என்கிறார் அவர்.

தென்னிந்தியாவில் வாழ்ந்த தமிழர்கள்தான் இலங்கைக்குச் சென்று குடியேறினார்கள் என்று சில ஆய்வாளர்கள் குறிப்பிடுகிறார்கள். அவர்கள் இந்த மண்ணின் மைந்தர்கள் என்று நம்புகிறவர்களும் உண்டு, இந்த விஷயத்தில் ஆய்வாளர்களிடையே ஒத்த கருத்து இல்லை. இலங்கையில் தமிழர்களுடைய பழங்கால வரலாறு வெளியாகிவிடக்கூடாது என்பதற்காகவே சில பகுதிகளில் விரிவான ஆராய்ச்சிகள் நடைபெறவில்லை என்கிற குற்றச்சாட்டும் உண்டு.

பழங்கால வரலாறுபற்றிக் கேள்விகள் இருப்பினும், ஆங்கிலேயர் ஆட்சியின்போது தமிழ்நாட்டிலிருந்து பலர் தோட்டவேலைகளுக்காக இலங்கைக்குச் சென்று குடியேறியது நிச்சயமாகத் தெரிகிறது. இவர்களுடன் சேர்ந்து இலங்கையில் தமிழர்களின் எண்ணிக்கை கணிசமாக அதிகரித்தது. இதுவே பின்னர் சிங்களவர்களுடன் அவர்களுக்குப் பிரச்னைகள் ஏற்படுவதற்குக் காரணமானது. இன்றுவரை நீடிக்கும் பெரிய அரசியல் பிரச்னை இது.

கலாசார அடிப்படையில் இந்தியத் தமிழர்களுக்கும் இலங்கைத் தமிழர்களுக்கும் பல ஒற்றுமைகளைக் காண்கிறோம். எடுத்துக்காட்டாக முருகவழிபாடு, ஆடைகள், உணவுப் பழக்கவழக்கங்கள் போன்றவற்றைக் குறிப்பிடலாம். மொழி என்று பார்க்கும்போது, இந்தியத் தமிழுக்கும் இலங்கைத் தமிழுக்கும் கணிசமான ஒற்றுமைகள் உள்ளன, கணிசமான வேற்றுமைகளும்

உள்ளன, இலங்கைத் தமிழர்கள் பயன்படுத்தும் பெரும்பாலான சொற்களை இந்தியத் தமிழர்களால் புரிந்துகொள்ள இயலும், அவர்கள் இருவரும் இயல்பாக உரையாடுவதும் சாத்தியம்தான்.

இலங்கைத் தமிழுக்கென்று தனிப்பட்ட இலக்கிய வரலாறும் உண்டு. பல தமிழ் நாளிதழ்கள், வார, மாத இதழ்கள் இங்கு வெளியாகின்றன, இந்நாட்டின் தமிழ் வானொலி இந்தியாவிலும் புகழ்பெற்றது, ஆண்டுதோறும் ஏராளமான தமிழ் நூல்கள் வெளியிடப்படுகின்றன, இங்கிருந்து பல சிறந்த தமிழ் அறிஞர்கள், எழுத்தாளர்கள் உருவாக்கிச் சிறந்த மொழிச்சேவை புரிந்திருக்கிறார்கள். இவர்களில் குறிப்பிடத்தக்க சிலர்: ஆறுமுகநாவலர், டொமினிக் ஜீவா, செங்கை ஆழியான், அ.முத்துலிங்கம்.

இன்றும், இந்தியத் தமிழர்களிடையே இலங்கைத் தமிழ் நூல்களை விரும்பி வாசிக்கும் பழக்கம் இருக்கிறது. அதேபோல் இலங்கையிலும் இந்தியத் தமிழ் நூல்கள் வாசிக்கப்படுகின்றன. அவ்விதத்தில் சொற்கள், மொழிநடையில் உள்ள மாறுபாட்டைக் கடந்து ஓர் இனிய இலக்கியப் பரிமாற்றம் நிகழ்ந்துவருகிறது.

உள்நாட்டுப்போர் காரணமாக இப்போது பல இலங்கைத் தமிழர்கள் உலகம்முழுக்கப் பரவி வாழ்ந்துவருகிறார்கள், இவர்களுடைய அனுபவங்கள் முக்கியமான புலம்பெயர்ந்த தமிழர் இலக்கியங்களாகியுள்ளன.

மலேசியா

இந்தியாவுக்கு மிக அருகிலிருக்கும் இலங்கையைப்போலவே, சென்னையில் இருந்து விமானம்மூலம் சில மணி நேரத்தில் சென்றுவிடக்கூடிய மலேசியாவிலும் லட்சக்கணக்கான தமிழர்கள் வாழ்கிறார்கள். இந்நாட்டில் வாழும் இந்தியர்களில் பெரும்பாலானோர் தமிழர்கள்தான் என்பது குறிப்பிடத்தக்கது.

நம்முடைய பழைய இலக்கியங்களிலேயே மலேசியா குறிப்பிடப்படுகிறது. காழகம், கடாரம் போன்ற சொற்களைப் பழந்தமிழ்ப் பாடல்களில் காண்கிறோம். இந்தப் பகுதிகளுடன் தமிழகத்துக்கு வணிகத்தொடர்பு இருந்திருக்கிறது.

இந்தியாவையும் இலங்கையும் ஆண்ட பிரிட்டிஷ்காரர்கள் மலேசியாவில் தங்களுடைய தோட்டங்களில் வேலை செய்வதற்காக இந்திய, இலங்கைத் தமிழர்களை அங்கே குடியேற்றினார்கள். இந்தத் தொழிலாளர்கள் புதிய சூழலுக்குப் பழகிக்கொண்டு கஷ்டப்பட்டு உழைத்தார்கள், இந்நாட்டின் வளர்ச்சியில் அவர்களுக்கு முக்கியப் பங்குண்டு.

இன்றைக்கு மலேசியாவில் குடியேறியிருக்கும் பெரும்பாலானோர் இப்படித் தோட்டவேலைக்காக இங்கு வந்தவர்களுடைய வம்சத்தினர்தான். அவர்களில் பலர் இப்போது தொழிற்சாலைகளுக்குச் செல்கிறார்கள், படித்து நல்ல பதவிகளில் இருக்கிறார்கள், கணிசமானோர் தோட்ட வேலையிலும் உள்ளார்கள்.

மலேசியாவில் வசிக்கும் தமிழ்க்குழந்தைகள் படிப்பதற்காக நாடெங்கும் தமிழ்ப் பள்ளிகள் உள்ளன. தமிழில் பத்திரிகைகள், நாளிதழ்கள் வெளியாகின்றன, தொலைக்காட்சி, வானொலிகள், நூல்கள் தமிழில் உண்டு, இந்நாட்டில் பிறந்த, குடியேறிய பல தமிழர்கள் சிறந்த இலக்கியங்களைப் படைத்துத் தமிழுக்குத் தொண்டாற்றியுள்ளார்கள்.

இங்குள்ள தமிழர்களுடைய நலனைப் பாதுகாப்பதற்காக அரசியல் கட்சிகள் இருக்கின்றன, அவற்றின் பிரதிநிதிகள் ஆட்சி அதிகாரத்திலும் பொறுப்பேற்றுள்ளார், இதனால் இன்றைக்கும் வெளிநாட்டில் பணிபுரியவேண்டும் என்று நினைக்கிற இந்தியத் தமிழர்களுக்கு மலேசியா ஒரு நல்ல வாய்ப்பாக அமைகிறது

சிங்கப்பூர்

மலேசியாவுக்கு அருகிலுள்ள ஒரு சிறிய தீவு நகரம் சிங்கப்பூர். அளவில் சிறியதாக இருந்தாலும் உலகப் பொருளாதாரத்தில் ஒரு முக்கியமான சக்தியாகத் திகழ்கிறது சிங்கப்பூர். இங்கு தமிழர்கள் கணிசமான எண்ணிக்கையில் வாழ்கிறார்கள்.

ஆரம்பத்தில் சிங்கப்பூர் மீன்பிடித்தொழிலுக்குப் புகழ்பெற்று விளங்கியது. பின்னர் தோட்டங்கள் அமைந்தன, அவற்றில்

வேலை செய்வதற்கு ஆட்கள் தேவைப்பட்டார்கள், வர்த்தகம் வளர்ந்தது, பல வணிக நிறுவனங்கள் ஏற்படுத்தப்பட்டன, இவற்றாலும் வேலைவாய்ப்புகள் அதிகரித்தன, பிரிட்டிஷ் காலத்தில் இந்தியாவில் இருந்து பல தமிழர்கள் இந்தப் பகுதியில் குடியேறினார்கள். தோட்டவேலை, வணிகம் போன்றவற்றுக்காக வந்தவர்களைத் தவிர, போர் செய்யவும், கைதிகளாகவும் பலர் வந்தார்கள்.

இப்படிப் பல காரணங்களுக்காக சிங்கப்பூருக்கு வந்த தமிழர்கள் கடினமாக உழைத்தார்கள், அதன்மூலம் தங்களுடைய குடும்பத்தையும் முன்னேற்றிக்கொண்டு நாட்டின் முன்னேற்றத்துக்கும் உதவினார்கள். இவர்களுடைய மக்கள் தொகையும் பங்களிப்பும் அதிகமாக இருப்பதை உணர்ந்த சிங்கப்பூர், தமிழர்களுக்குப் பெரும் மரியாதை கொடுத்தது.

பிரிட்டிஷார் இந்தப் பகுதிகளிலிருந்து வெளியேறியபோது, சிங்கப்பூர், மலேசியாவுடன் தொடர்ந்து இயங்கியது. பின்னர் மலேசியாவிடமிருந்து சுதந்திரம் பெற்றது. இந்தக் காலகட்டங்கள் அனைத்திலும் சிங்கப்பூர் வளர்ச்சிக்குத் தமிழர்கள் குறிப்பிடத்தக்க பங்களித்துள்ளார்கள்.

இன்றைய சிங்கப்பூரில் தமிழ் ஓர் அலுவல் மொழி. இங்கு வாழும் தமிழர்கள் பள்ளிகளில், கடைகளில், வணிகநிறுவனங்களில், போக்குவரத்து நிலையங்களில் என எங்கும் தமிழைப் பயன்படுத்தலாம். தமிழ்ப் பத்திரிகைகள், நாளிதழ்கள், தொலைக்காட்சிகள் போன்றவையும் நிறைய உண்டு. தமிழ் இலக்கியத்துக்கும் இங்கு நல்ல முக்கியத்துவம் தரப்படுகிறது, அரசாங்கம் பல போட்டிகள், விருதுகளை அறிவித்து நல்ல எழுத்துகளை ஊக்குவிப்பதால், பல சிறந்த தமிழ் நூல்கள் இங்கிருந்து வெளியாகியுள்ளன.

மத்தியக்கிழக்கு நாடுகள்

எண்ணெய் வளத்துக்காகப் புகழ்பெற்ற மத்தியக்கிழக்கு நாடுகளில் ஏராளமான தமிழர்கள் வசிக்கிறார்கள். இப்பகுதியில் மலையாளம் பேசுவோரின் எண்ணிக்கை மிக அதிகமாக

இருப்பினும், தமிழர்களுடைய மக்கள்தொகையும் கணிசமானது.

இந்தப் பகுதிகளில் எண்ணெய்க்கிணறுகள் மிகுதியாக இருப்பது கண்டறியப்பட்டபோது திடீரென்று ஏராளமான பணியாளர்களுக்கான தேவை ஏற்பட்டது. அதைப் பூர்த்தி செய்வதற்காக இந்தியாவிலிருந்து பல மொழி பேசுகிறவர்கள் இங்கே வந்து சேர்ந்தார்கள். அவ்வகையில் இங்கு தமிழ் பேசுவோரின் எண்ணிக்கை அதிகரிக்கத் தொடங்கியது. அவர்களுடைய நண்பர்கள், உறவினர்கள் என்று இன்னும் பலர் இங்கு வருகிறார்கள்; உழைப்புக்கான தேவை மிகுதியாக உள்ளதால் இப்பகுதி அரசுகளும் இதனை ஊக்குவிக்கின்றன.

இன்றைக்குத் துபாய், சவுதி அரேபியா, மஸ்கட் போன்ற பல மத்தியக்கிழக்கு நாடுகளில் தமிழர்கள் கணிசமான அளவில் வசிக்கிறார்கள். தமிழ்ப் பள்ளிகள், வானொலிகள், பத்திரிகைகள் போன்றவையும் இயங்கிவருகின்றன.

மற்ற நாடுகள்

இந்தியாவில் கோடிக்கணக்கிலும் இலங்கை மலேசியாவில் லட்சக்கணக்கிலும் வசிக்கிற தமிழர்கள், அமெரிக்கா, இங்கிலாந்து, தென்னாப்பிரிக்கா, கனடா, ஆஸ்திரேலியா போன்ற பல நாடுகளிலும் கணிசமான எண்ணிக்கையில் வசித்துவருகிறார்கள். உடலுழைப்பை நம்பும் தொழிலாளர்கள் தொடங்கி மூளை உழைப்பை வழங்கும் நிபுணர்கள்வரை பலவிதங்களில் அந்தந்த நாடுகளின் வளர்ச்சிக்குப் பங்களித்துவருகிறார்கள்.

இந்தத் தமிழர்களில் பலர், தாங்கள் வசிக்கும் ஊர்களில் தமிழ்ச்சங்கங்களை அமைத்துத் தங்களுடைய அடுத்த தலைமுறையினருக்கும் தமிழை, தமிழ்க் கலாசாரத்தைக் கொண்டுசேர்க்கவேண்டும் என்ற எண்ணத்துடன் செயலாற்றிவருகிறார்கள். இதன்மூலம் அந்தந்த நாடுகளில் ஒரு சிறு தமிழகத்தை அமைக்க முனைகிறார்கள்.

இன்னொரு பக்கம், தமிழர்கள் உலகமெங்கும் சென்றாலும் தங்களுடைய மொழியைத் தொடர்ந்து பேசுவதில் அக்கறை காட்டுவதில்லை என்ற குற்றச்சாட்டும் இருக்கிறது.

இன்றைய உலகத்தில் முன்னேறுவதற்கு ஆங்கிலம்போன்ற மொழிகள் முதன்மையாகத் தேவைப்பட்டாலும், நம்முடைய மொழியை, கலாசாரத்தை முன்னெடுத்துச்செல்லும் பொறுப்பு தங்களுக்குண்டு என்பதை உலகத் தமிழர்கள் நினைவில் கொள்ளவேண்டும், தாங்கள் ஒரு நீண்ட மரபின் தொடர்ச்சி என்பதை உணர்ந்து அந்தக் கடமையை நிறைவேற்றவேண்டும்.

(ஜூலை 2018)

10. கொஞ்சுமெழில் குற்றாலம்

சிற்றூர்தான்; ஆனால், பேரைச்சொன்னதும் தெரியுமளவு நாடுமுழுக்கப் புகழ்பெற்றுள்ளது குற்றாலம், இங்குள்ள அற்புதமான அருவிகளுக்காகவே!

ஆண்டுதோறும் தமிழ்நாட்டின் பல பகுதிகளிலிருந்தும் வெளி மாநிலங்களிலிருந்தும் லட்சக்கணக்கானோர் இவ்வூரைத் தேடிவருகிறார்கள்; இங்குள்ள பல அருவிகளில் ஆசை தீர நீராடிச் செல்கிறார்கள்.

இந்த ஆண்டுக்கான குற்றாலத்தில் நீராடும் பருவம் (இதை ஆங்கிலத்தில் 'சீஸன்' என்றே சொல்லிப் பழகிவிட்டோம்) இப்போது உச்சத்தில் இருக்கிறது; நீங்கள் மகிழ்ச்சியாகச் சென்றுவரச் சரியான நேரம் இது; அதற்குமுன்னால், குற்றாலத்தைப்பற்றி விரிவாகத் தெரிந்துகொள்வோம்.

இயற்கை எழில் நிறைந்த பழைமையான ஊர் குற்றாலம். பழந்தமிழ் இலக்கியங்களிலும் பக்திப்பாடல்களிலும் சிறப்பிடம் பெற்றது. தமிழிலக்கியங்களில் இயற்கைக்குத் தனியிடம் உண்டு. புலவர்கள் தேர்ந்தெடுத்த அழகுச்சொற்களால் மலைகளை, நதிகளை, வயல்களை, சோலைகளை, கடல்களை, ஏன், பாலைவனங்களைக்கூட அற்புதமாக வர்ணித்திருக்கிறார்கள்.

ஒவ்வொரு பகுதியிலுமுள்ள தாவரங்கள், விலங்குகள், வெவ்வேறு பருவங்களில் அவ்வூர்களின் அழகு, அதற்கேற்ற மக்களின் வாழ்க்கைமுறை என விரிவாகத் தெரிந்துகொள்ளலாம். அந்தவகையில் தமிழில் அதிகம் பாடப்பெற்ற அருவிகள் குற்றாலத்தில் இருக்கின்றன.

திரிகூடராசப்பக்கவிராயர் எழுதிய 'திருக்குற்றாலக்குறவஞ்சி' தமிழின் மிகச் சிறந்த இலக்கியங்களில் ஒன்று. அதில் வரும் மலைவளக்காட்சிகளைப் படித்தாலே நெஞ்சுக்குள் குளிரடிக்கும், சாரலடிக்கும். குற்றாலத்தில் எழுந்தருளியிருக்கும் இறைவன், திருக்குற்றாலநாதர். சைவத்தமிழின் முதன்மையான அப்பர், திருஞானசம்பந்தர், சுந்தரர், மாணிக்கவாசகர் நால்வரும் திருக்குற்றாலநாதரைப் பாடியிருக்கிறார்கள்.

சிறப்பும் பழைமையும் அழகும் நிறைந்த திருக்குற்றாலநாதர் ஆலயம் குற்றாலத்தின் மையத்தில் கம்பீரமாக அமைந்திருக்கிறது. வாகனத்தில் வருவோர் படிகளில் இறங்கிச் சிறிது தூரம் நடந்து கோயிலுக்குள் நுழையவேண்டும்; இறைவனைத் தரிசித்தபின் இன்னும் சிறிது நடந்தால் பேரருவிக்குச் சென்றுவிடலாம்.

கோயிலில் நுழைந்து இறைவனைத் தரிசித்துக் கொண்டிருக்கும்போதே அருவியின் சத்தம் நன்றாகக் கேட்கிறது. அதுவும் நாள்முழுக்க இறைவனுடைய திருப்பெயர்களைச் சொல்லிக்கொண்டிருப்பதாகத் தோன்றுகிறது.

நால்வர் பாடிய பெருமானை வணங்கி வழிபட்டபின், இன்னொரு முக்கியமான திருத்தலத்தைத் தரிசிக்கவேண்டும்: சித்திரசபை. தமிழகத்தில் சிவபெருமான் நடனமாடிய சபைகள் ஐந்து: திருவாலங்காடு (ரத்தினசபை), சிதம்பரம் (கனகசபை), மதுரை (வெள்ளிசபை), திருநெல்வேலி (தாமிரசபை), திருக்குற்றாலம் (சித்திரசபை).

சிறப்புமிக்க இந்தச் சித்திரசபை திருக்குற்றாலநாதர் ஆலயத்திலிருந்து சில நிமிட நடைதூரத்தில் இருக்கிறது. அறிவிப்புப் பலகைகள் உள்ளன; மக்களைக் கேட்டாலும் உடனே சொல்லிவிடுவார்கள். இதனைத் தரிசிக்க ஒரு சிறு நுழைவுக் கட்டணம் உண்டு.

பெயருக்கேற்ப, 'சித்திரசபை'யில் ஏராளமான ஓவியங்கள். திருக் குற்றாலக் காட்சிகளும், சிவபெருமானுடைய திருவிளையாடல் காட்சிகளும் இங்கு அழகுறச் சித்திரிக்கப்பட்டுள்ளன. அனைத்தும் மூலிகைகளைக் கொண்டு வரையப்பட்ட பழமையான ஓவியங்கள்!

சமீபகாலத்தில், இந்த ஓவியங்களை அதேபோன்ற மூலிகைகளைக் கொண்டு மெருகேற்றியிருக்கிறார்கள். ஆகவே பழைமையான ஓவியங்கள் புதிதுபோல் மின்னுகின்றன, அதேசமயம் அவற்றின் கலை நுணுக்கங்களையும் கவனித்து ரசிக்கமுடிகிறது.

ஒரு விஷயம், இவற்றையெல்லாம் மின் வெளிச்சத்தில் பார்ப்பது சிரமம்; இயன்றவரை இயற்கை வெளிச்சத்தில் பார்த்தால் சிறப்பாக இருக்கும். சித்திரசபை மாலை 6மணிவரைதான் திறந்திருக்கும் என்பதால், அதற்கேற்ப நேரத்தைத் திட்டமிட்டுக்கொள்ளலாம்.

சித்திரசபையிலிருந்து மீண்டும் வந்தவழியில் நடந்தால் சில நிமிடங்களில் பேரருவி. தண்மையான சாரல் காற்று நம்மைக் குளிக்க அழைக்கிறது. சும்மா பார்த்துவிட்டுப் புகைப்படம் எடுத்துக்கொண்டு கிளம்பிவிடலாம் என்று வருகிற கூச்சப்பேர்வழிகள்கூட, 'குளிச்சுத்தான் பார்ப்போமே' என்று துண்டைத் தேட ஆரம்பித்துவிடுகிறார்கள்.

இந்த அருமையான அருவிக்குத் தமிழில் அழகாகப் 'பேரருவி' என்று பெயர் இருந்தாலும், இந்த ஊரிலுள்ள பெரும்பாலானோரும், பார்க்கவருகிற வெளியூர்க்காரர்களும் 'மெயின் ஃபால்ஸ்' என்றும், 'மெயின் அருவி' என்றும்தான் அழைக்கிறார்கள். தமிழில் அழகிய பெயர் இருக்கும்போது மற்ற மொழிச் சொற்களை ஏன் பயன்படுத்தவேண்டும்?

'பேரருவி' என்ற பெயருக்கேற்ப இந்த அருவி உண்மையில் பிரம்மாண்டமானதாக இருக்கிறது. நல்ல உயரத்திலிருந்து பல அடுக்குகளாக நீர் அதிவேகத்துடன் கீழே விழுந்து ஓடுகிறது; ஆண்களும், பெண்களும் தனித்தனியே குளிப்பதற்குப் பாதுகாப்பான ஏற்பாடுகளைச் செய்திருக்கிறார்கள்.

மாற்றுத்திறனாளி ஒருவர் சக்கர நாற்காலியில் மகிழ்ச்சியாகக் குளித்துக்கொண்டிருப்பதைக்கூடப் பார்த்தோம்.

ஆண்டில் சில மாதங்கள்தான் இந்த அருவியில் குளிக்க இயலும். மற்ற நேரங்களில் நீர்வரத்து இருக்காது, அல்லது, அதிவேகமாக இருக்கும், குளிக்க அனுமதி வழங்கப்படாது. ஆகவே, குற்றாலம் செல்கிறவர்கள் அங்குள்ள முக்கிய அருவிகளில் குளிக்க அனுமதி உண்டா என்று கேட்டுத் தெரிந்துகொண்டு சென்றால் ஏமாற்றத்தைக் குறைக்கலாம்.

பேரருவியின் எல்லையை நெருங்கும்போதே குளிர்ச்சியான நீர் நம்முடைய கால்களை வருடிக் குளியலுக்குத் தயார் செய்துவிடுகிறது. இன்னும் அருகில் செல்லச்செல்ல அங்கே குளித்துக்கொண்டிருந்தவர்கள்மீது பட்டுத் தெறிக்கும் நீர் நம்மை நனைத்து ஆவலைப் பெருக்குகிறது.

தயங்கித் தயங்கி அருவியை நெருங்குகிறோம், ஏதோ ஒரு கணத்தில் சடாரென்று தண்ணீர் நம் தலையில் விழ, கொண்டாட்டம் தொடங்குகிறது. எவ்வளவு கூட்டம் இருந்தாலும் முட்டி மோதி உள்ளே நுழைந்து முழுக்க நனைந்துவிடுகிறோம்.

தடதடவென்று நம்முடைய தலையிலும் முதுகிலும் அருவி நீர் தாளம் தட்டுகிறது. கண்கள் தெளிவற்று நீரை மட்டுமே காண்கின்றன, சுற்றியிருக்கிற யாரும் தெரிவதில்லை, நிமிர்ந்துபார்த்தால் தண்ணீர் எங்கிருந்து கொட்டுகிறது என்பதும் தெரிவதில்லை, காதுக்குள் பெரும் ஓசை ஆனந்தமாக இருக்கிறது, அங்குமிங்கும் திரும்பித் தண்ணீரைக் கையிலும் காலிலும் முதுகிலும் வாங்குகிறோம்; யாரோ படபடவென்று அடிப்பதுபோலவும், இதமாக முதுகுபிடித்துவிடுவதுபோலவும் கலவை உணர்ச்சிகள். குற்றால நீர் மூலிகைகள் நிறைந்தது என்பார்கள்; இங்கு குளித்தால் பல உடல், மன நோய்கள் குணமாகும் என்கிற நம்பிக்கைகூட உண்டு. ஆனால் இதையெல்லாம் அறியாமல் கொண்டாட்டத்துக்காகவே குளிக்கவருகிறவர்களும் மிகுதி.

ஆரம்பத்தில் அருவியில் குளிக்கும்போது மூச்சுத்திணறுகிறது; அடிபட்டுவிடுமோ, கழுத்து சுளுக்கிக்கொண்டுவிடுமோ என்றெல்லாம் ஐயம் வருகிறது; சட்டென்று இதிலிருந்து வெளியேறிவிடவேண்டும் என்றுகூடத் தோன்றுகிறது; ஆனால் கொஞ்சம்கொஞ்சமாக அந்த இயற்கைச்சூழலுடன் ஒன்றிப்போகிறோம்; இன்னும் இன்னும் உள்ளே சென்று குளிக்க நினைக்கிறோம்; கூட்டம் அதிகரித்து யாராவது நம்மை வெளியே தள்ளினால்தான் உண்டு என்கிற அளவுக்கு ஆசை தீரக் குளிக்கிறோம்.

முன்பெல்லாம் குற்றாலத்தில் குளிக்கிறவர்கள் சோப்புப் போடுவது, ஷாம்பூ போடுவது, எண்ணெய் தேய்த்துக் குளிப்பது என்று நீரை மாசுபடுத்திக்கொண்டிருந்தார்கள். இப்போது அதையெல்லாம் பெருமளவு கட்டுப்படுத்திவிட்டார்கள்; ஆகவே இயற்கையான தண்ணீரில் நன்கு நெடுநேரம் குளிக்கமுடிகிறது.

ஆனால் ஒன்று, குளியலுக்கு ஏற்ற மாதங்களில் சனி, ஞாயிற்றுக்கிழமைகளில் குற்றாலத்தில் ஏராளமான கூட்டமிருக்கும்; சுற்றியுள்ள எல்லாப் பகுதிகளிலிருந்தும் மக்கள் கூட்டமாக வந்து குவிந்திருப்பார்கள். ஆகவே பேரருவிபோன்ற முக்கிய அருவிகளில் குளிப்பதற்கு முட்டிமோதவேண்டியிருக்கலாம், அதைக் கவனத்தில் கொண்டு உங்களுடைய பயணத்தைத் திட்டமிட்டுக்கொள்ளுங்கள்.

பேரருவியிலிருந்து சிறிது தூரத்தில் ஐந்தருவி. மலையிலிருந்து ஐந்து பிரிவுகளாக நீர் விழுவதால் இதற்கு 'ஐந்தருவி' என்று அழகாகப் பெயர் சூட்டியிருக்கிறார்கள். எல்லாம் அருவிதானே, பேரருவியில் குளித்தபின் ஐந்தருவி எதற்கு என்று யோசிக்காதீர்கள்; எந்த இரு அருவிகளும் ஒன்றில்லை; இது முற்றிலும் மாறுபட்ட அனுபவம். ஐந்தருவியிலும் பாதுகாப்பாகக் குளிப்பதற்கான ஏற்பாடுகள் சிறப்பாகச் செய்யப்பட்டிருக்கின்றன. நீரின் குளுமையும் வேகமும் கொண்டாட்டத்தைப் பெருக்குகிறது.

இவை தவிர குற்றாலத்தில் தேனருவி, செண்பக அருவி, பழைய குற்றாலம் என்று பல அருவிகள் இருக்கின்றன.

சில தனியார் நிலங்களிலும் இயற்கையான, செயற்கையான அருவிகள் உள்ளன. நமக்கு வாய்ப்பு அமைவதைப்பொறுத்து அடுத்தடுத்துப் பல அருவிகளில் ஆனந்தமாகக் குளிக்கலாம்.

குற்றாலத்தின் முக்கிய அருவிகளை இணைக்கும் பேருந்து வசதி உள்ளது. ‘ஷேர் ஆட்டோ’ பகிர்தல் வசதியையும் பயன்படுத்தலாம். உணவைப் பொறுத்தவரை அனேகமாக எல்லா இடங்களிலும் சூடான உணவுவகைகள், சுண்டல், மக்காச்சோளம் போன்ற தின்பண்டங்கள், பழங்கள் தாராளமாகக் கிடைக்கின்றன. பக்கத்திலிருக்கும் தென்காசியில் பல உயர்தர உணவகங்கள் உண்டு.

குற்றாலத்தில் எங்கும் தென்படுகிற இன்னொரு விஷயம், பச்சைகுத்துபவர்கள். கடவுள் உருவங்களில் தொடங்கிப் பெயர்கள்வரை எல்லா வடிவங்களிலும் இவர்கள் பச்சை குத்தக் காத்திருக்கிறார்கள். முன்பு பாரம்பரியமான முறையில் பச்சைகுத்திக்கொண்டிருந்தவர்கள் இப்போது பேட்டரியில் இயங்கும் இயந்திரங்களைப் பயன்படுத்துகிறார்கள்.

குற்றாலத்துக்கு எப்படி வருவது?

தமிழகத்தின் பெரும்பாலான நகரங்கள், சிற்றூர்களிலிருந்து திருநெல்வேலிக்கு ரயில், பேருந்து வசதி உள்ளது. அங்கிருந்து பேருந்துகள் அல்லது ரயில்களில் தென்காசி அல்லது செங்கோட்டை வந்து ஷேர் ஆட்டோவில் குற்றாலத்துக்கு வரலாம்.

குற்றாலத்தின் முக்கிய அருவிகளில் குளித்துத் திரும்புவதற்கு ஒருநாள் போதுமானது; அதேசமயம் இரண்டு நாள்களாகத் திட்டமிட்டுக்கொண்டால் பரபரப்பில்லாமல் நிதானமாக ரசிக்கலாம். தங்குவதற்குக் குற்றாலத்திலேயே வசதிகள் உள்ளன; அல்லது, தென்காசி, பிற சுற்றுவட்டாரப் பகுதிகளில் தங்கிக்கொண்டு குளிப்பதற்குமட்டும் குற்றாலம் சென்றுவரலாம்.

அப்புறமென்ன? கிளம்பவேண்டியதுதானே?

(ஜூலை 2018)

11. இந்திய ஒன்றியப் பகுதிகளின் வரலாறு

'தில்லிக்கு ராஜான்னாலும் பாட்டி சொல்லைத் தட்டாதே' என்றொரு திரைப்படப் பாடல் இருக்கிறது. பாமரமக்கள் கூட, அதிகம் அலட்டுகிறவர்களைப்பார்த்து, 'அவன் என்ன பெரிய தில்லி மஹாராஜாவா?' என்பதுண்டு. அநேகமாக அந்தக் காலத்தில் தில்லியிலிருந்தபடி இந்தியா முழுவதையும் ஆட்சிசெய்த பேரரசர்களைப் பார்த்து இப்படியொரு பயன்பாடு வந்திருக்கலாம்.

இன்றைக்குத் தில்லிக்கு ராஜா இல்லை; முதலமைச்சர் இருக்கிறார்; ஆனால், அவர் தன்னுடைய சொந்த வேலையைக்கூடச் செய்யமுடியாமல் நீதிமன்றப்படியேறிக் கொண்டிருக்கிறார். 'என் அரசாங்கத்தின் பணிகளை ஒழுங்காகச் செய்யவிடாமல் துணைநிலை ஆளுநர் அனில் பைஜால் தடுக்கிறார்' என்று புலம்புகிறார்.

தில்லி முதல்வரைவிடத் துணைநிலை ஆளுநர் பெரியவரா என்கிற சர்ச்சையை உச்ச நீதிமன்றம் சமீபத்தில் முடித்துவைத்தது, 'மக்களால் தேர்ந்தெடுக்கப்பட்ட அரசாங்கத்துக்குதான் செயல்படும் உரிமை; துணைநிலை ஆளுநர் அவர்களுடைய நிர்வாகப் பணிகளில் தலையிடமுடியாது.'

இந்த உத்தரவு வெளியானபிறகும், தில்லி முதல்வரான அரவிந்த் கேஜ்ரிவாலின் பிரச்னைகள் தீர்ந்துவிடவில்லை. அவர் இன்னும் மத்திய அரசு, துணைநிலை ஆளுநருடன் மோதிக்கொண்டுதானிருக்கிறார்.

இன்னொருபக்கம், உச்ச நீதிமன்றத்தின் தீர்ப்பு புதுச்சேரிக்குப் பொருந்துமா என்கிற கேள்வி எழுந்திருக்கிறது; அங்கும் மக்களால் தேர்ந்தெடுக்கப்பட்ட அரசுக்கும் துணைநிலை ஆளுநருக்கும் ஒத்துப்போகவில்லை. ‘இவர் எல்லாவற்றிலும் தலையிடுகிறார்’ என்று முதலமைச்சரும் அமைச்சர்களும் புலம்பிக்கொண்டிருக்கிறார்கள்.

முதல்வருக்கே சவால்விடுமளவுக்கு யூனியன் பிரதேசங்களின் துணைநிலை ஆளுநருக்கு அதிகாரம் இருக்கிறதா? உண்மையில் இந்தத் துணைநிலை ஆளுநர் என்ற பதவி எதற்காக உருவாக்கப்பட்டது? மற்ற மாநிலங்களுக்கும் யூனியன் பிரதேசங்களுக்கும் என்ன வித்தியாசம்? அவற்றை ஏன் வேறுவிதமாக அமைத்திருக்கிறார்கள்? வரலாற்றைப் புரட்டினால் பல சுவாரஸ்யங்கள் தென்படுகின்றன.

இந்தியாவில் இப்போதுள்ள யூனியன் பிரதேசங்கள் (ஒன்றியப் பகுதிகள்) ஏழு:

★ சண்டிகர் (ஹரியானா, பஞ்சாப் அருகிலுள்ளது)

★ தாத்ரா, நகர் ஹவேலி (குஜராத், மஹாராஷ்டிரா அருகிலுள்ளது; தலைநகரம்: சில்வாஸ்ஸா)

★ தமன், தியூ (குஜராத் அருகிலுள்ளது; தலைநகரம்: தமன்)

★ லட்சத்தீவுகள் (அரபிக்கடல் பகுதியில் உள்ளது; தலைநகரம்: கவரட்டி)

★ புதுச்சேரி

★ அந்தமான், நிகோபர் தீவுகள் (வங்காள விரிகுடாப் பகுதியில் உள்ளது; தலைநகரம்: போர்ட் ப்ளேர்)

★ தில்லி

இந்தியாவில் உள்ள மற்ற பகுதிகளனைத்தும் ஏதோ ஒரு மாநிலத்தின்கீழ் அமைந்துள்ளன; இவைமட்டும் தனித்து யூனியன் பிரதேசங்களாக அறியப்படுவது ஏன்? இவற்றினிடையில் என்ன ஒற்றுமை என்று யோசித்தால், முதலில் நிலப்பரப்பு: சண்டிகரின் பரப்பு 114சதுரகிலோமீட்டர், நம் சென்னையின் பரப்பில் பத்தில் ஒருபங்குதான். லட்சத்தீவுகள் அதைவிடச் சிறியது, 32சதுரகிலோமீட்டர்தான்; அந்தமான், நிகோபரைத்தவிர மற்ற யூனியன் பிரதேசங்கள் அனைத்தும் ஒப்பீட்டளவில் சிறு பகுதிகள்தான்.

அந்தமான், நிகோபர் அளவில் பெரியதாக இருப்பினும், மற்ற அனைத்து மாநிலங்களிலிருந்தும் கணிசமான அளவு தள்ளியிருக்கிறது; ஆகவே, அதனை இன்னொரு மாநிலத்துடன் இணைத்து நிர்வகிக்கச்செய்வது சிரமம்; அதைத் தனி மாநிலமாக அறிவிக்கலாம் என்றால், மற்ற மாநிலங்களைவிட அது மிகச்சிறியதாக இருக்கும்.

யூனியன் பிரதேசங்களின் மக்கள்தொகையும் குறைவுதான்; தில்லிதவிர மற்ற பகுதிகளில் வாழ்வோரின் எண்ணிக்கை சில லட்சங்கள்தான்.

இந்தியச் சுதந்திரத்துக்குமுன், புதுச்சேரி ஃபிரெஞ்சுக் காலனியாக இருந்தது; தாத்ரா, நகர் ஹவேலி, தமன், தியூ போன்ற பகுதிகள் போர்ச்சுக்கீசியாவின்கீழ் இருந்தன; இதனால், மீதமுள்ள இந்திய மாநிலங்களுடன் ஒப்பிடும்போது இந்தப் பகுதிகளின் கலாசாரம் கணிசமாக மாறுபட்டிருக்கிறது; இதுவும் ஒரு முக்கியமான மாறுபாடு.

இவற்றுடன் ஒப்பிடும்போது, சண்டிகரின் கதை வேறுவிதமானது. 1947ல் இந்தியாவுக்குச் சுதந்திரம் கிடைத்தபோது, பஞ்சாப் மாகாணம் இரண்டாகப் பிரிக்கப்பட்டு ஒரு பகுதி பாகிஸ்தானில் சேர்க்கப்பட்டது; முக்கியமாக, அன்றைய பஞ்சாபின் முதன்மை நகரமான லாகூர் இப்போது பாகிஸ்தானுக்குச் சென்றுவிட்டது.

சமீபத்தில் ஆந்திரப்பிரதேச மாநிலத்திலிருந்து தெலங்கானா பிரிக்கப்பட்டபோது, பழைய (ஒருங்கிணைந்த) ஆந்திராவின்

தலைநகரமான ஹைதராபாத் தெலங்கானாவுக்குச் சென்று விட்டது. ஆகவே, புதிய ஆந்திரப்பிரதேசம் வேறொரு தலைநகரத்தை உருவாக்கவேண்டிய சூழ்நிலை ஏற்பட்டது. இந்தியப் பிரிவினையின்போது இதேபோன்ற காரணத்துக்காக சண்டிகர் உருவாக்கப்பட்டது; பஞ்சாபின் புதிய தலைநகரமானது.

1966ல் பஞ்சாப் மீண்டும் பிரிந்தது; ஹர்யான்வி மொழி பேசும் மக்கள் அதிகம் நிறைந்த பகுதி 'ஹரியானா' என்ற மாநிலமானது.

இதனால், ஒரு புதிய பிரச்னை தொடங்கியது: தலைநகரம் சண்டிகர் இந்த இரு மாநிலங்களின் எல்லைப் பகுதியில் இருந்ததால், 'எங்களுக்குதான் சண்டிகர் வேண்டும்' என்று இருவரும் மோதத் தொடங்கினார்கள். எப்படி யோசித்தாலும் இரு மாநிலங்களுக்கும் சண்டிகரின்மீது உரிமை இருப்பதாகத் தோன்றியது. ஆகவே, சண்டிகர் யூனியன் பிரதேசமாக அறிவிக்கப்பட்டது; இரு மாநிலங்களும் அந்நகரத்தைப் பகிர்ந்துகொள்ளலாம், ஆனால், அதன் நிர்வாகப் பொறுப்பை மத்திய அரசு கவனித்துக்கொள்ளும்.

சண்டிகருக்கு இந்த அந்தஸ்து வழங்கப்படுவதற்குப் பல ஆண்டுகள் முன்பாக (1956ல்) இந்தியத் தலைநகரமான தில்லியும் யூனியன் பிரதேசமாக அறிவிக்கப்பட்டது. இதனை NCT (National Capital Territory: தேசியத் தலைநகரப் பகுதி) என்று அழைக்கிறார்கள்.

இந்தியாவுக்குச் சுதந்திரம் கிடைத்தபோது, புதுச்சேரியும் அதைச் சுற்றியிருந்த சில பகுதிகளும் பிரெஞ்சு ஆதிக்கத்தின்கீழ் இருந்தன. அவற்றைத் தன்னுடன் இணைத்துக்கொள்ள இந்தியா முயன்றது. ஃபிரான்ஸுக்கு இதில் சம்மதம்தான்; ஆனால், மக்கள் என்ன நினைக்கிறார்கள் என்பதைத் தெரிந்துகொள்ள வேண்டுமல்லவா?

அன்றைய புதுச்சேரியை ஆண்டுவந்த மக்கள் பிரதிநிதிகளில் பிரெஞ்சுக் காலனியாகவே தொடர விரும்பியவர்களும் இருந்தார்கள்; இந்தியாவுடன் இணைய விரும்பியவர்களும் இருந்தார்கள்; தங்களுக்கு எது நல்லது என்று பலவிதமாக ஆராய்ந்தபிறகு, பெரும்பான்மைத் தலைவர்களின் ஒப்புதலுடன்

1954ல் புதுச்சேரி இந்திய அரசிடம் ஒப்படைக்கப்பட்டது; பின்னர் 1962ல் இது யூனியன் பிரதேசமானது.

இதனிடையில், 1956ல் அந்தமான் நிகோபர் தீவுகளும், பல தீவுகளின் தொகுப்பான லட்சத்தீவுகளும் யூனியன் பிரதேசங்களாகின; ஐந்தாண்டுகளுக்குப் பின் (1961ல்) தாத்ரா, நகர் ஹவேலி தனி யூனியன் பிரதேசமாகவும், கோவா, தமன், தியூ ஒரு யூனியன் பிரதேசமாகவும் ஆகின.

கிட்டத்தட்ட இதே காலகட்டத்தில்தான் இந்தியாவில் மொழிவாரி மாநிலங்களும் உருவாகின; அதாவது, ஒரு குறிப்பிட்ட மொழியைப் பேசுவோர் அதிகமுள்ள பகுதிகள் தனி மாநிலங்களாகப் பகுக்கப்பட்டன; எடுத்துக்காட்டாக, கன்னடர்கள் அதிகமுள்ள பகுதி கர்நாடகம் என்றும், மராத்தி பேசுவோர் அதிகமுள்ள பகுதி மஹாராஷ்டிரா என்றும், குஜராத்திகள் அதிகமுள்ள பகுதி குஜராத் என்றும் மாறின.

இந்த மாற்றங்களின் அதிர்வுகள், கோவாவில் ஒரு புதிய பிரச்னையைத் தொடங்கிவைத்தன: கோவா யாருடன் சேர வேண்டும்? கோவாவில் அதிகப்பேர் பேசும் மொழி கொங்கணி. அதனை மராத்தியின் ஒரு வடிவம் என்று கருதுபவர்கள் இருந்தார்கள்; ஆகவே, கோவா மஹாராஷ்டிராவுடன் இணையவேண்டுமென்று இவர்கள் விரும்பினார்கள். இன்னொருபக்கம், கோவா யூனியன் பிரதேசமாகத் தொடரவேண்டும் என்று விரும்புகிறவர்களும் இருந்தார்கள்.

உண்மையில் கோவா மக்கள் என்ன நினைக்கிறார்கள் என்பதைத் தெரிந்துகொள்வதற்காக 1967ல் ஒரு தேர்தல் நடத்தப்பட்டது. லட்சக்கணக்கானோர் வாக்களித்த இந்தத் தேர்தலில், 54% மக்கள் கோவா யூனியன் பிரதேசமாகத் தொடரவேண்டும் என்று தெரிவித்திருந்தார்கள். ஆகவே, அது மஹாராஷ்டிராவுடன் இணைக்கப்படவில்லை. அதன்பிறகு, கோவாவைத் தனி மாநிலமாக்கவேண்டும் என்ற கோரிக்கை எழுந்தது. தொடர்ச்சியான அழுத்தங்களுக்குப்பிறகு, 1987ல் கோவா தனி மாநிலமானது. தமன், தியூ யூனியன் பிரதேசமாகத் தொடர்ந்தது.

இப்படிப் பல சூழ்நிலைகளில் பல காரணங்களுக்காக யூனியன் பிரதேசங்கள் உருவாக்கப்பட்டிருந்தாலும், அவற்றிடையிலுள்ள பொதுவான விஷயம்: இவை யூனியன் அரசால், அதாவது, மத்திய அரசால் ஆளப்படுகின்றன, இவற்றுக்கான வளர்ச்சி நிதியையும் மத்திய அரசு வழங்குகிறது; யூனியன் பிரதேசங்களை நிர்வகிப்பதற்குக் குடியரசுத்தலைவர் நிர்வாகிகளை நியமிப்பார் என்கிறது இந்திய அரசியல் சட்டம்.

இதன்படி, தில்லி, புதுச்சேரி, அந்தமான், நிகோபர் பகுதிகளுக்கு மத்திய அரசின் பிரதிநிதிகளாகத் 'துணைநிலை ஆளுநர்'கள் நியமிக்கப்படுகிறார்கள். மற்ற யூனியன் பிரதேசங்களுக்கு நிர்வாகிகள்மட்டும் நியமிக்கப்படுகிறார்கள். மாநிலங்களைப்போல, யூனியன் பிரதேசங்களிலிருந்தும் பிரதிநிதிகள் இந்திய மக்களவைக்குச் செல்கிறார்கள். தில்லிக்குமட்டும் ஏழு மக்களவை உறுப்பினர்கள், மற்ற அனைத்து யூனியன் பிரதேசங்களுக்கும் தலா ஒரு மக்களவை உறுப்பினர். தில்லிக்கு மூன்று, புதுச்சேரிக்கு ஒன்று என நான்கு மாநிலங்களவை உறுப்பினர்களும் தேர்ந்தெடுக்கப்படுகிறார்கள்.

இத்துடன், புதுச்சேரி, தில்லி ஆகிய இரு யூனியன் பிரதேசங்களுக்கு மட்டும் ஒரு கூடுதல் உரிமையும் அளிக்கப்பட்டுள்ளது: இங்கு வாழும் மக்கள் தங்களுக்கான அரசாங்கத்தை வாக்களித்துத் தேர்ந்தெடுக்கலாம்; சட்டமன்றம் உண்டு, அமைச்சரவை உண்டு, முதலமைச்சர் உண்டு.

அங்குதான் பிரச்னை தொடங்குகிறது: நிர்வாகி என்று ஒருவரை மத்திய அரசு நியமித்திருக்கிறது; இதுதவிர மக்களால் தேர்ந்தெடுக்கப்பட்ட அரசாங்கம் ஒன்றும் அமைகிறது; இவர்கள் இருவருக்கும் ஒத்துப்போகாவிட்டால் யாருடைய தீர்மானம் வெல்லும்? அரவிந்த் கேஜ்ரிவால் வலுவாக முன்னெடுத்துச்செல்லும் இந்தச் சர்ச்சையால் முக்கியமான இந்தக் கேள்விக்குப் பதில் கிடைத்தால் நல்லது!

(ஜூலை 2018)

12. விம்பிள்டன்: எப்படித் தொடங்கியது

உலகின் மிகப்பெரிய டென்னிஸ் திருவிழாக்களில் ஒன்றான விம்பிள்டன் இன்று தொடங்குகிறது. அடுத்த இரண்டு வாரங்கள் ரசிகர்களுக்குக் கொண்டாட்டம்தான்.

கிரிக்கெட், கால்பந்து போன்ற அணி விளையாட்டுகளில் அணிகள் மோதுகின்றன; ஏராளமான வீரர்கள் இவற்றில் பங்கேற்பதால், அவற்றில் உலகக்கோப்பைபோன்ற ஏற்பாடுகள் நான்காண்டுகளுக்கு ஒருமுறைதான் சாத்தியம்.

ஆனால், டென்னிஸ் அப்படியில்லை. இங்கே மோதுவோர் தனிநபர்கள். பெரும்பாலான தொழில்முறை வீரர்களுடைய விளையாட்டுத் திட்டங்களை ஏற்பாடுசெய்ய ஊழியர்கள், அமைப்புகள் இருக்கின்றன. ஆகவே, கிட்டத்தட்ட உலகக்கோப்பைக்கு இணையான போட்டிகள் ஆண்டுக்கு நான்குமுறை நடைபெறுகின்றன; இவற்றை *'Grandslam'* போட்டிகள் என்றழைக்கிறார்கள்.

இவைதவிர, ஆண்டுமுழுவதும் வெவ்வேறு நகரங்களில் அதிகாரபூர்வமான டென்னிஸ் போட்டிகள் நடைபெற்றுக் கொண்டிருக்கும். இவற்றிலும் முக்கிய வீரர்கள் மோதுவதால் டென்னிஸ் ரசிகர்கள் ஆண்டுமுழுக்கத் தங்கள் விருப்ப

விளையாட்டைப் பார்த்து ரசிக்கலாம். இத்துடன் கூடுதல் இன்பமாக நான்காண்டுகளுக்கு ஒருமுறை ஒலிம்பிக்ஸிலும் டென்னிஸ் உண்டு.

கிராண்ட்ஸ்லாம் எனப்படும் முக்கியமான டென்னிஸ் போட்டிகளில் வெல்வோர் இவ்விளையாட்டின் முடிசூடா மன்னர்களாக, அரசியர்களாகப் பார்க்கப்படுகிறார்கள். ஆகவே, உலகின் தலைசிறந்த வீரர்களெல்லாம் இவற்றில் மோதுவது வழக்கம்; போட்டி கடுமையாக இருக்கும்; ஆகவே, ஒவ்வோர் ஆட்டமும் சுவையோடு அமையும்.

நான்கு கிராண்ட்ஸ்லாம் போட்டிகள் உலகின் வெவ்வேறு மூலைகளில், ஆண்டின் வெவ்வேறு பகுதிகளில் நடைபெறுகின்றன. ஜனவரியில் நடைபெறும் ஆஸ்திரேலியன் ஓபன் 1905முதல் நடைபெற்றுவருகிறது; மே, ஜூனில் நடைபெறும் ஃப்ரெஞ்ச் ஓபன் 1891முதல் நடைபெற்றுவருகிறது; ஜூலையில் நடைபெறும் விம்பிள்டன் 1877முதல் நடைபெற்றுவருகிறது; ஆகஸ்ட், செப்டம்பரில் நடைபெறும் அமெரிக்க ஓபன் 1881முதல் நடைபெற்றுவருகிறது.

ஆக, இந்த நான்கு கிராண்ட்ஸ்லாம்களில் மிகப் பழமையானது, விம்பிள்டன்தான். புல்வெளி மைதானங்களில் நடைபெறும் ஒரே கிராண்ட்ஸ்லாம் போட்டியும் இதுதான்.

இன்னொரு சுவையான விஷயம், மற்ற மூன்று கிராண்ஸ்லாம்களின் பெயர்களும் ஆஸ்திரேலியா, ஃபிரான்ஸ், அமெரிக்கா என அவை நடைபெறும் நாட்டின் பெயரைக் கொண்டுள்ளன. விம்பிள்டன் மட்டும் தனித்துத் தெரிகிறது.

இங்கிலாந்துத் தலைநகரமான லண்டனின் ஒரு பகுதிதான் விம்பிள்டன். இந்த கிராண்ட்ஸ்லாம் போட்டிகள் இவ்வூரில் நடைபெறுவதால் போட்டிக்கும் இதே பெயரை வைத்துள்ளார்கள்.

டென்னிஸ் விளையாடுவோரும் சரி, ரசிகர்களும் சரி, விம்பிள்டனை விரும்பிப்பார்க்க ஒரு முக்கியமான காரணம், இங்கு விதிமுறைகள் மிகக் கடுமையானவை. சுமார்

140ஆண்டுகளுக்குமுன் உருவாக்கிய அதே விதிமுறைகள்தான் பெரும்பாலும் அமலில் இருக்கின்றன. எடுத்துக்காட்டாக, மைதானத்தில் விளையாடுவோர் வெள்ளை ஆடைதான் அணியவேண்டும், ஒருவேளை அதில் வேறு வண்ணங்கள் இடம்பெற்றிருந்தாலும் இந்த அளவுக்குமேல் செல்லக்கூடாது என்றெல்லாம் விதிமுறைகளை வைத்திருக்கிறார்கள்.

இப்படி விம்பிள்டன் நிர்வாகிகள் 'நாங்க ரொம்ப ஸ்ட்ரிக்ட்' என்று கண்டிப்பாக இருந்தாலும், இது ஒரு பாரம்பரிய அனுபவமாகவே மதிக்கப்படுகிறது. 'விம்பிள்டனில் நான் ஒரு போட்டியை நேரில் பார்த்திருக்கிறேன்' என்று ஒரு ரசிகர் சொன்னால், மற்றவர்கள் அவரை மரியாதையுடன் பார்ப்பது உறுதி.

விம்பிள்டன் போட்டிகளின் சரித்திரத்தைப் புரிந்துகொள்ள வேண்டுமென்றால், இதை நடத்தும் அமைப்பின் பெயரைக் கவனிக்கவேண்டும்: All England Lawn Tennis and Croquet Club.

இங்கிலாந்து புரிகிறது, புல்வெளி டென்னிஸ் புரிகிறது, க்ளப் புரிகிறது, நடுவில் அதென்ன க்ரொக்கெட்?

பத்தொன்பதாம் நூற்றாண்டில் கண்டறியப்பட்ட ஒரு புல்வெளி விளையாட்டு க்ரொக்கெட். புல்வெளியில் ஆங்காங்கே 'ஹூப்ஸ்' எனப்படும் வளையங்களைப் பதித்துவைத்திருப்பார்கள், பந்துகளை அடித்து அவற்றினிடையே அனுப்பவேண்டும், கிட்டத்தட்ட கால்ஃப்மாதிரிதான், ஆனால் குழிகளுக்குப்பதில் வளையங்கள்.

க்ரொக்கெட் விளையாட்டு அறிமுகமான வேகத்தில் மக்களிடையே நல்ல வரவேற்பைப் பெற்றது. ஏராளமானோர் இதனை விளையாட விரும்பியதால், 1868ல் இங்கிலாந்தில் இதற்கென்று ஒரு தனி அமைப்பை உருவாக்கினார்கள். சுமார் நான்கு ஏக்கர் புல்வெளி நிலத்தில் அமைக்கப்பட்ட இந்தத் தனியார் குழுவின் பெயர், 'All England Croquet Club.'

கிட்டத்தட்ட இதே நேரத்தில், இங்கிலாந்தில் புல்வெளியில் டென்னிஸ் விளையாடும் பொழுதுபோக்கும் புகழ்பெற்றுக்

கொண்டிருந்தது. க்ரொக்கெட் விளையாடுவது, அதற்கான போட்டிகளை நடத்துவது ஆகியவற்றில் கவனம் செலுத்திக்கொண்டிருந்த இந்த அமைப்பினர், 'நம்மிடம்தான் புல்வெளி இருக்கிறதே, அதில் டென்னிஸ் விளையாடுவதற்கும் ஓரிடத்தை ஒதுக்குவோமே' என்று யோசித்திருக்கிறார்கள்.

விரைவில், அங்கே வருகிறவர்களெல்லாம் க்ரொக்கெட்டுக்கு இணையாக டென்னிஸையும் விளையாட விரும்பினார்கள். ஆகவே, அமைப்பின் பெயர் '*All England Croquet and Lawn Tennis Club*' என்று மாற்றப்பட்டது.

சும்மா டென்னிஸ் விளையாடிக்கொண்டிருந்தால் எப்படி? ஒரு போட்டி நடத்தினால்தானே பரபரப்பாக இருக்கும், மக்களிடையே டென்னிஸ் விளையாடுவதற்கு, அதைப் பார்ப்பதற்கு ஆர்வத்தை உண்டாக்கும் வாய்ப்பல்லவா இது?

இப்படி யோசித்த அமைப்பினர், 1877 ஜூன் 9ம்தேதி ஒரு பத்திரிகை விளம்பரம் கொடுத்தார்கள், 'இங்கிலாந்துவாழ் டென்னிஸ் ஆர்வலர்களே, விம்பிள்டனில் புல்வெளி டென்னிஸ் போட்டியொன்றைத் தொடங்குகிறோம், ஆர்வமுள்ள எல்லாரும் இதில் கலந்துகொள்ளலாம்.'

அந்த முதல் 'விம்பிள்டன் டென்னிஸ்' போட்டியில் கலந்துகொள்ள விரும்புகிறவர்கள் ஒரு சிறு தொகையைக் கட்டணமாகச் செலுத்தவேண்டும்; டென்னிஸ் ராக்கெட்களையும் அவர்களே கொண்டுவரவேண்டும்; பந்துகளைமட்டும் போட்டியை நடத்துவோர் தருவார்கள்; ஒருவரையொருவர் எதிர்த்து மோதவேண்டும்; இறுதிப்போட்டியில் வெல்பவருக்குப் பரிசுக்கோப்பை. இந்த விதிமுறைகளை ஏற்றுக்கொண்டு 22பேர் விளையாட முன்வந்தார்கள். இவர்களுக்கிடையே 1877 ஜூலை 9ம் தேதி அகில இங்கிலாந்து க்ரொக்கெட் மற்றும் புல்வெளி டென்னிஸ் அமைப்பின் மைதானத்தில் போட்டிகள் தொடங்கின.

ஒருவாரம் கழித்து, அதாவது, ஜூலை 16ம்தேதி இறுதிப்போட்டி நடைபெற்றது. இதில் வில்லியம் மார்ஷல், ஸ்பென்சர்

கோர் ஆகியோர் மோதினார்கள். ம்ஹூம், மோதவில்லை. அன்றைக்கு மழை பெய்ததால் இறுதிப்போட்டி 19ம்தேதிக்குத் தள்ளிவைக்கப்பட்டது. முதல் விம்பிள்டன் போட்டியில் தொடங்கிய அந்த மழைப் பாரம்பரியம் இன்றைக்கும் தொடர்கிறது. ஒவ்வோராண்டும் ஏதாவது சில போட்டிகளின்போது மழை எட்டிப்பார்த்துவிடுகிறது. ரசிகர்கள் அதையும் ஓர் அனுபவம் என்று ரசிக்கப் பழகிவிட்டார்கள்.

ஜூலை 19ம்தேதி நடைபெற்ற முதல் விம்பிள்டன் இறுதிப் போட்டியில், ஸ்பென்சர் கோர் வெற்றிபெற்றார், முதல் விம்பிள்டன் சாம்பியன் ஆனார்!

ஒரு விஷயம், இந்த முதல் விம்பிள்டனில் பெண்கள் யாரும் விளையாடவில்லை. ஆகவே, ஆண்களுக்கான போட்டிகள் மட்டுமே ஏற்பாடு செய்யப்பட்டிருந்தன, கோப்பையும் ஒன்றுதான். பின்னர், 1884ல்தான் பெண்களுக்கான போட்டிகள் தொடங்கப்பட்டன.

இன்று, 'விம்பிள்டன் கோப்பை' என்பது ஒருமையல்ல, 'கோப்பைகள்' என்று பன்மையில் சொல்லவேண்டும், ஆண்கள் ஒற்றையர், பெண்கள் ஒற்றையர், ஆண்கள் இரட்டையர், பெண்கள் இரட்டையர், கலப்பு இரட்டையர், சிறுவர், சிறுமியருக்கான ஒற்றையர், இரட்டையர் போட்டிகள், ஏன், சக்கர நாற்காலியில் விளையாடுவோருக்கான காட்சிப்போட்டிகள்கூட நடைபெறுகின்றன.

கோப்பை, உலகின் முன்னணி டென்னிஸ் வீரர்/வீராங்கனை என்கிற கௌரவத்துடன், விம்பிள்டனில் வெல்வோருக்குக் கணிசமான பரிசுத்தொகையும் உண்டு. இந்தப் போட்டிகளின்மீது ஏற்பட்டுள்ள கவர்ச்சிக்கு இதுவும் ஒரு காரணம்.

ஆனால், 1877ல் நடைபெற்ற விம்பிள்டன் போட்டிகளைப் பார்க்க அதிகப்பேர் வரவில்லை; போட்டியை நடத்தியவர்களும் அதை எதிர்பார்க்கவில்லை; மொத்தமே 30 பேர் அமர்வதற்குதான் ஏற்பாடு செய்திருந்தார்களாம்; இறுதிப்போட்டியைப் பார்க்கவந்தவர்கள்கூட, வெறும் 200பேர்தான்.

அதன்பிறகு, ஆண்டுதோறும் விம்பிள்டன் போட்டிகள் தொடர்ந்து (உலகப்போர்க் காலகட்டங்களைத்தவிர எல்லா ஆண்டுகளிலும்) நடைபெற்றுள்ளன; படிப்படியாக அது புகழ்பெற்று ஏராளமான ரசிகர்கள், வீரர்களை ஈர்க்கத்தொடங்கியது; ஆரம்பத்தில் 'அமெச்சூர்' எனப்படும் பொதுவான ஆர்வலர்களுடைய ஆட்டமாக இருந்த விம்பிள்டன், 1968முதல் 'ப்ரொஃபஷனல்ஸ்' எனப்படும் தொழில்முறை வீரர்களுடைய ஆட்டமாகிவிட்டது; மற்றபடி அதன் விதிமுறைகளிலோ, மக்கள் காட்டும் ஆர்வத்திலோ மாற்றமில்லை.

அது சரி, டென்னிஸுக்குமுன்னால் விம்பிள்டனில் கால்பதித்த க்ரொக்கெட்டுக்கு என்னாச்சு?

டென்னிஸ் புகழ்பெறத்தொடங்கியபிறகு, மக்களிடையே க்ரொக்கெட்டுக்கு அவ்வளவாக வரவேற்பில்லை. ஆகவே, விம்பிள்டன் க்ளப்பின் பெயரில் பின்னாலிருந்த டென்னிஸ் முன்னால் வந்தது, க்ரொக்கெட் பின்னுக்குத் தள்ளப்பட்டது. பிறகு க்ரொக்கெட்டை மொத்தமாக நீக்கிவிட்டார்கள், பின்னர் வரலாற்றுக் காரணங்களுக்காக அதைச் சேர்த்துக்கொண்டார்கள்.

இதனால், இன்றைக்கு டென்னிஸ் மற்றும் க்ரொக்கெட் க்ளப் என்று அழைக்கப்படும் இந்த அமைப்பின் முக்கியப்பணி, டென்னிஸை ஊக்குவிப்பதுதான். ஆர்வமுள்ளவர்கள் இக்குழுவில் உறுப்பினர்களாகவும் சேர்ந்து டென்னிஸ் விளையாடலாம்; ஆனால், அதற்குப் பலமான பரிந்துரை தேவை.

பரிந்துரை இல்லாதவர்கள் இந்த க்ளப்பில் சேர இன்னோர் எளிய வழி இருக்கிறது: விம்பிள்டன் விளையாடி ஜெயித்துவிடுங்கள், வெற்றிபெறும் சாம்பியன்களுக்குக் க்ளப்பில் சேரச் சிறப்பு அழைப்பிதழ் அனுப்பப்படுமாம்.

விம்பிள்டன் பாரம்பரியத்தில் இன்னொரு சுவையான விஷயம், ஸ்ட்ராபெர்ரி, க்ரீம். அந்தக்காலத்தில் விம்பிள்டன் பார்க்கவந்தவர்கள் இவற்றைச் சாப்பிடுகிற வழக்கமிருந்ததாம்,

ஆகவே, இன்றைக்கும் ரசிகர்கள் இதனைப் பின்பற்றுகிறார்கள்; கிலோகணக்கில் ஸ்ட்ராபெர்ரி, க்ரீம் வாங்கி உள்ளே தள்ளுகிறார்கள்.

லண்டன்வரை சென்று போட்டிகளைப் பார்க்கும் வாய்ப்பு, வசதி இல்லாதவர்கள் உலகெங்கும் தொலைக்காட்சியின்வழியே அவற்றைப் பார்த்து ரசிக்கிறார்கள். அவர்களும் கையில் ஒரு கிண்ணம்நிறைய ஸ்ட்ராபெர்ரி, க்ரீமுடன் அமர்ந்திருக்கக்கூடும். பாரம்பரியத்தை விட்டுக்கொடுக்கமுடியுமா?

(ஜூலை 2018)

13. FIFA உலகக்கோப்பை வரலாறு

உலகக் கோப்பைக் கால்பந்துப் போட்டிகள் ரஷ்யாவில் கோலாகலமாகத் தொடங்கியிருக்கின்றன. பல நாடுகளிலிருந்தும் சிறந்த வீரர்கள் முழுத்திறமையைக் காட்டி விளையாடுகிறார்கள். இவர்களில் யாருக்குக் கோப்பை கிடைக்கும் என்கிற ஆவலுடன் ரசிகர்கள் தொலைக்காட்சிப்பெட்டியின் முன் அமர்ந்திருக்கிறார்கள்.

இந்தியாவில் மிகப் பிரபலமான விளையாட்டு கிரிக்கெட்தான். ஆங்காங்கே சில மாநிலங்களில் கால்பந்துக்கு முக்கியத்துவம் தரப்பட்டாலும், உலகக்கோப்பையில் விளையாடுகிற அளவுக்குச் சிறந்த அணி நம்மிடம் இல்லை. ஆனாலும் நம் ரசிகர்கள் ஏதேனும் ஓர் அணியை ஆதரித்துக்கொண்டு இந்தப் போட்டிகளை விழுந்துவிழுந்து பார்க்கிறார்கள் என்றால், கால்பந்துக்குப் பெரும் முக்கியத்துவம் தருகிற நாடுகளில் பரபரப்பு எப்படியிருக்கும் என்பதை நாம் ஊகிக்கலாம்.

தீவிரமாகக் கிரிக்கெட் விளையாடுகிற நாடுகளை எண்ணினால் பத்தோ, பதினைந்தோதான் வரும். மற்ற நாடுகளுக்கெல்லாம் கிரிக்கெட் என்றால் என்ன என்றே தெரியாது.

ஆனால், கால்பந்து அப்படியில்லை, உலகில் இருநூறுக்கும் மேற்பட்ட நாடுகளில் தேசியக் கால்பந்து அணிகள் இருக்கின்றன. அவை அனைத்தின் கூட்டமைப்பான *FIFA*தான் இந்த உலகக்கோப்பையை நடத்துகிறது.

அதென்ன *FIFA?*

'Fédération Internationale de Football Association' என்பதன் சுருக்கம்தான் *FIFA.* இந்த ஃபிரெஞ்சுச் சொற்றொடரின் பொருள், 'கால்பந்துக்கான சர்வதேசக் கூட்டமைப்பு.'

FIFA உலகக்கோப்பை என்கிறார்கள், உலகின் அனைத்து நாடுகளும் பங்கேற்கிற அமைப்பு என்கிறார்கள், ஆனால் பெயரைமட்டும் ஃபிரெஞ்சு மொழியில் வைத்திருக்கிறார்களே, ஏன்?

1904 மே 21ம்தேதி கால்பந்துக்கான உலகக்கூட்டமைப்பொன்று உருவாக்கப்பட்டது பாரிஸ் நகரத்தில். ஆகவே, அதற்கு ஃபிரெஞ்சு மொழியில் பெயர்சூட்டப்பட்டது. பின்னர் அந்தப் பெயரே உலகம்முழுக்கப் புகழ்பெற்றுவிட்டது.

FIFA உருவாக்கப்பட்டபோது அதில் பெல்ஜியம், டென்மார்க், ஃபிரான்ஸ், ஜெர்மனி, நெதர்லாந்து, ஸ்பெயின், ஸ்வீடன் மற்றும் ஸ்விட்சர்லாந்து ஆகிய நாடுகள் இடம்பெற்றிருந்தன. சிறிது காலத்துக்குப் பிறகு இங்கிலாந்தும் இதில் இணைந்துகொண்டது.

இப்படியொரு கூட்டமைப்பு உருவாவதற்குமுன்பிருந்தே உலக அளவில் கால்பந்து விளையாட்டு நன்கு புகழ்பெற்றிருந்தது. பல நாடுகளில் அணிகள் உருவாகியிருந்தன, தனிப்பட்ட அமைப்புகளின் அணிகள் இருந்தன. இவற்றினிடையே விறுவிறுப்பான போட்டிகள் நடைபெற்றன. இதையெல்லாம் ஒழுங்குபடுத்துவதற்கு ஓர் அமைப்பு வேண்டும் என்றுதான் FIFA உருவாக்கப்பட்டது.

ஆரம்பத்தில் FIFAவின் நோக்கங்கள், வெவ்வேறு நாடுகளில் கால்பந்து விளையாடும் அணிகளை அங்கீகரிப்பது, ஒரு வீரர் ஒரு நேரத்தில் ஒரு நாட்டுக்குமட்டும் விளையாடுவதை உறுதிசெய்வது, யாராவது தவறான நடத்தையில் ஈடுபட்டு ஒரு நாட்டில் தடைசெய்யப்பட்டால் அந்தத்தடையைப் பிற நாட்டைச் சேர்ந்த அணிகளும் அங்கீகரிப்பது, சர்வதேச விதிமுறைகளின்படி கால்பந்து விளையாடுவது.

சுருக்கமாகச் சொன்னால், கால்பந்து விளையாட்டு உலகம் முழுக்கப் பரவும் நேரத்தில் அதனைக் கட்டுப்பாட்டுக்குள் கொண்டுவந்து வழிநடத்தும் பணியை FIFA செய்தது. ஊரில் வாகனங்களின் எண்ணிக்கை அதிகரிக்கும்போது போக்குவரத்துக் காவல்துறை வரும், சாலைகள் போடப்படும்,

போக்குவரத்து நிறுத்தங்கள் வரும், வேகக் கட்டுப்பாடு, சாலை விதிமுறைகளெல்லாம் அமலுக்கு வருமல்லவா? அதுபோல்தான்.

FIFA உருவானபோதே கால்பந்துக்கென்று ஓர் உலகப்போட்டியை நடத்தவேண்டும், அதில் பல நாடுகள் பங்கேற்கவேண்டும், அவர்களில் சிறந்த ஓர் அணியை 'உலக சாம்பியனாக' அறிவிக்கவேண்டும் என்றெல்லாம் கனவுகள் இருந்தன. ஆனால், ஆரம்பத்தில் அவர்களிடம் அவ்வளவாக உறுப்பினர்கள் இல்லை, பணமும் இல்லை, ஆகவே, அந்தக்கனவைக் கொஞ்சம் தள்ளிப்போட்டார்கள்.

முதல் சில ஆண்டுகள் உறுப்பினர் நாடுகளையெல்லாம் ஒழுங்குபடுத்தி எல்லாரையும் சகோதர மனோபாவத்துடன் செயல்படச் செய்வதிலேயே சென்றன. கொஞ்சம்கொஞ்சமாக, சர்வதேசக் கால்பந்துப் போட்டிகள் ஓர் ஒழுங்குக்குள் வந்தன.

இந்த நேரத்தில்தான் *(1908)* லண்டனில் ஒலிம்பிக் போட்டிகள் நடைபெற்றன. அதில் சர்வதேசக் கால்பந்து அணிகளை வைத்து உலகக்கோப்பைபோல் ஒரு போட்டியை நடத்தும் முயற்சிகள் தொடங்கின. *1912* ஒலிம்பிக்ஸிலும் இதே முயற்சி தொடர்ந்தது.

ஆனால், இவற்றையெல்லாம் உண்மையான 'உலகக்கோப்பை' என்று சொல்ல இயலாது, ஒலிம்பிக்ஸில் எத்தனையோ போட்டிகளுக்கு நடுவே இவையும் நடைபெற்றன, அவ்வளவுதான்.

அதேசமயம், *FIFA* அமைப்பு சும்மா இருக்கவில்லை. கால்பந்து விளையாட்டை உலக அளவில் ஒழுங்குபடுத்தி முன்னேற்றும் பணியைச் சிறப்பாகச் செய்துகொண்டிருந்தது. புதிய நாடுகள் இவ்வமைப்பில் இணைந்தன, ஆகவே, இவர்களில் எந்த அணி சிறந்த அணி என்கிற கேள்வி இயல்பாக எழுந்தது, ஒரு சர்வதேசப்போட்டியை நடத்தவேண்டும் என்ற எண்ணம் வலுப்பெற்றது. ஆனால், அந்த எண்ணம் உண்மையில் நிறைவேறாதபடி, முதல் உலகப்போர் தொடங்கிவிட்டது. *FIFA*ல் மும்முரமாகப் பங்குபெற்ற அணிகளில் பலவும் இப்போரில் பங்கேற்றன. ஆகவே, கால்பந்து சார்ந்த விஷயங்களில் இவர்கள் சேர்ந்து பணியாற்ற இயலாத சூழ்நிலை.

போர் முடிந்தபிறகும், சில நாடுகள் ஒன்றையொன்று முறைத்துக்கொண்டு நின்றன. 'இதுபோன்ற தனிப்பட்ட கோபங்களை மறந்து விளையாட்டின் நலனுக்காக ஒன்று சேருங்கள்' என்று மற்றவர்கள் அறிவுரை சொன்னார்கள், பெரிய பலன் இல்லை.

1921ம் ஆண்டு, FIFAன் புதிய தலைவராக ஜுலெஸ் ரிமெட் தேர்ந்தெடுக்கப்பட்டார். ஃபிரெஞ்சுக் கால்பந்து அமைப்பின் தலைவரான இவர்தான் FIFA உலகக்கோப்பையைக் கற்பனை செய்து நனவாக்கியவர். பின்னர் இந்தக் கோப்பைக்கே அவருடைய பெயர் சூட்டப்பட்டு 'ஜுலெஸ் ரிமெட் கோப்பை' என்று அழைக்கப்பட்டது.

ஜுலெஸ் ரிமெட் FIFA தலைவரானபோது அதில் சுமார் இருபது நாடுகள் இருந்தன, 33 வருடங்கள் கழித்து அவர் அந்தப் பதவியை இன்னொருவருக்கு ஒப்படைத்துவிட்டுக் கைதட்டலுடன் ஓய்வுபெற்றபோது அதில் 85 நாடுகள் இருந்தன. இன்றைக்கு அந்த எண்ணிக்கை இருநூற்றைத் தாண்டியிருக்கிறது என்றால், அதற்கான அடித்தளம் ஜுலெஸ் ரிமெட்டின் உழைப்பு.

ஒலிம்பிக்ஸில் பல நாடுகளுக்கிடையே நடைபெற்ற கால்பந்துப் போட்டிகளுக்குக் கிடைத்த தொடர் வரவேற்பால், FIFA மீண்டும் தன்னுடைய உலகக்கோப்பைக் கனவுகளை நனவாக்க முயன்றது. 1928ல் உறுப்பினர் நாடுகள் இதற்கு ஒப்புதல் தெரிவித்தன, முதல் உலகக்கோப்பையை நடத்தும் கௌரவம் உருகுவே-வுக்குக் கிடைத்தது.

1930 ஜுலை 18ம்தேதி, FIFA உலகக்கோப்பைப் போட்டிகள் அதிகாரபூர்வமாகத் தொடங்கின. அவர்கள் விரும்பியதுபோல் எல்லா நாடுகளும் அதில் பங்கேற்கவில்லை, ஆனாலும் அது ஒரு நல்ல தொடக்கம்.

நான்காண்டுகளுக்கொருமுறை உலகக்கோப்பைப் போட்டிகளை நடத்துவதாக FIFA தீர்மானித்திருந்தது. இதில் கிடைக்கும் வருமானத்தை வைத்துதான் அவர்கள் அடுத்த மூன்றாண்டுகளை

ஓட்டியாகவேண்டும், அவர்களுக்கு வேறு எந்தவழியிலும் வருமானம் கிடையாது. இதன் பொருள், உலகக்கோப்பை என்பது வீரர்களுக்கும் ரசிகர்களுக்கும்மட்டுமில்லை, கால்பந்து விளையாட்டைச் சிறப்பாக வளர்த்துச்செல்வதற்கும் அது ஒரு முக்கியமான காரணமாக அமைந்தது.

ஆரம்பத்தில் உலகக்கோப்பை இந்த அளவுக்குப் பளபளப்பாக இல்லை. சொல்லப்போனால், அதில் பங்கேற்ற நாடுகளுக்கிடையிலேயே பல கருத்துவேறுபாடுகள் இருந்தன. 'என் ஊர்ல நடந்த உலகக்கோப்பைக்கு நீ வரலை, அதனால உன் ஊருக்கு நான் வரமாட்டேன்' என்றெல்லாம்கூடச் சண்டைபோட்டிருக்கிறார்கள்.

ஆனால், ஜூலெஸ் ரிமெட்டும், அவருக்குப்பின் வந்த தலைவர்களும் விளையாட்டை முதலாவதாக வைத்து, மற்ற அனைத்தையும் பின்னே தள்ளினார்கள். கால்பந்தை வளர்ப்பதற்காகத்தான் இந்தக் கொண்டாட்டம், அதற்காக நம் கருத்துவேறுபாடுகளை மறந்து ஒன்றாகச் செயல்படவேண்டும் என்று வலியுறுத்தினார்கள், முரண்டுபிடித்தவர்களைப் பேசிப்பேசி வழிக்குக் கொண்டுவந்தார்கள்.

இதனால், நடுவில் இன்னோர் உலகப்போர் வந்தபோதும், FIFA வழிகாட்டுதலில் கால்பந்து விளையாட்டு தொடர்ந்து வளர்ந்தது, பல புதிய நாடுகள் விளையாட வந்தன, அவற்றுக்கும் இடம்தரும் வகையில் உலகக்கோப்பைப் போட்டிகளின் விதிமுறைகள் மாற்றியமைக்கப்பட்டன. ஆனால் எப்போதும் திறமைக்குதான் மரியாதை, உலகக்கோப்பையில் வெல்கிறவர்கள் உண்மையான சாம்பியன்களாக மதிக்கப்படுவது அதனால்தான்.

தொழில்நுட்ப முன்னேற்றங்களையும் FIFA சிறப்பாகப் பயன்படுத்திக்கொண்டது. போட்டிகள் பல நாடுகளில் நேரடியாக ஒளிபரப்பப்பட்டன. இது ரசிகர் எண்ணிக்கையைப் பெருக்கியது, கூடுதல் வருவாயையும் கொண்டுவந்தது.

முதல் FIFA உலகக்கோப்பையில் 13அணிகள் மோதின, இவற்றினிடையே வெறும் 18ஆட்டங்கள்தான் நடைபெற்றன,

இந்த எண்ணிக்கை படிப்படியாக உயர்ந்து இப்போது 32அணிகள் 64ஆட்டங்களில் மோதுகின்றன. இதற்காகப் பல நாடுகளும் ஆண்டுக்கணக்கில் திட்டமிட்டுத் தயார்செய்துகொண்டு வருகிறார்கள், FIFA சாம்பியன் என்கிற கௌரவத்துக்காகப் போராடுகிறார்கள்.

உலகக்கோப்பையை அதிகமுறை வென்றுள்ள அணி, பிரேசில் (5முறை). அடுத்த இடத்தில் இத்தாலி, ஜெர்மனி (தலா 4முறை) உள்ளன. உருகுவே, அர்ஜென்டினா அணிகள் தலா 2முறையும், இங்கிலாந்து, ஃபிரான்ஸ், ஸ்பெயின் அணிகள் தலா 1முறையும் வென்றுள்ளன.

சர்வதேச அளவில் சிறந்து விளங்கும் பல வீரர்கள் உலகக் கோப்பையில் தங்கள் திறமையைக்காட்டி நட்சத்திரங்களாகியுள்ளார்கள். ஜெர்மனியைச் சேர்ந்த மிரோஸ்லவ் க்ளோஸ் 16 கோல்கள் அடித்து முதலிடத்தில் உள்ளார், அடுத்த இடத்தில் பிரேசிலைச் சேர்ந்த ரொனால்டோ (15 கோல்கள்), அதே பிரேசிலைச்சேர்ந்த புகழ்பெற்ற வீரரான பீலெ ஐந்தாவது இடத்தில் (12 கோல்கள்) உள்ளார்.

இந்தமுறை வெல்லப்போவது யார்? அதற்கு உதவப்போகும் வீரர்கள் யார்? அவர்களை எதிர்த்து மோதப்போகும் சிறந்த அணிகள் எவை? பெரிய நாடுகளைத் தோற்கடிக்கப்போகும் பொடியர்கள் யார்? ரசிகர்களுடைய நெஞ்சை அள்ளப்போகும் சாதனையாளர்கள் யார்? தெரிந்துகொள்ள உலகம் ஆவலுடன் காத்திருக்கிறது!

(ஜூன் 2018)

14. ஆளுமைகளும் கேலிகளும்

தமிழகத்தின் முக்கிய அரசியல் தலைவர்களில் ஒருவர், திமுக செயல்தலைவரான மு. க. ஸ்டாலின், சமீபத்தில் ஒரு விழாவில் பேசும்போது பழமொழியொன்றைத் தவறாகக் குறிப்பிட்டுவிட்டார். 'யானை வரும் பின்னே, மணியோசை வரும் முன்னே' என்பதற்குப்பதிலாக, 'யானை வரும் முன்னே, மணியோசை வரும் பின்னே' என்று சொல்லிவிட்டார்.

அவ்வளவுதான், இதற்காகவே காத்திருந்ததுபோல் சமூக ஊடகங்கள் பொங்கியெழுந்தன. மு. க. ஸ்டாலினைக் கேலிசெய்து ட்வீட்களும் ஃபேஸ்புக் நிலைத்தகவல்களும் குவிந்தன. பல மீம்களில் அவர் திடீர் (நகைச்சுவை) நாயகரானார்.

இவராவது பரவாயில்லை, எதிர்க்கட்சித் தலைவர்தான். சில மாதங்களுக்குமுன் தமிழக முதல்வர் எடப்பாடி பழனிச்சாமி ஒரு விழாவில் பேசும்போது, 'கம்ப ராமாயணத்தை எழுதியவர் சேக்கிழார்' என்று பேசிவிட்டார். அவரைக் கேலிசெய்தும் ஆயிரக்கணக்கான நகைச்சுவைத் துணுக்குகள், மீம்கள் உருவாகின, அதிவேகமாகப் பரப்பப்பட்டன. பின்னர் எடப்பாடி பழனிச்சாமி எழுதிய ஒரு புத்தகம் வெளியானது.

'எழுச்சி உரைகள்' என்ற அந்தப் புத்தகம் ஒருவேளை சில நூறு பிரதிகள் விற்றிருக்கலாம், ஆனால் சமூக ஊடகங்களில் அதைக் கேலிசெய்து வெளியான செய்திகள் பல்லாயிரம்.

இந்தக் கேலிச்செய்திகள் அனைத்தின் மையக்கருத்து, 'தமிழ்க் கலாசாரத்தில் எல்லாருக்கும் நன்கு தெரிந்த ஒரு பழமொழியை/ புள்ளிவிவரத்தைச் சரியாக மேடையில் சொல்லத்தெரியாத இவரை எப்படி நல்ல அரசியல் தலைவராக, ஆட்சியாளராக ஏற்றுக்கொள்வது?'

மேலோட்டமான பார்வைக்கு நியாயமாகவே தோன்றும் இந்தக் கேள்வி, கொஞ்சம் ஆழமாகச் சென்றால் வேறொரு சிந்தனையை எழுப்புகிறது: மேடையில் பிழையில்லாமல் துல்லியமாகவும் சரியாகவும் பேசுவதுதான் ஓர் அரசியல் தலைவர் அல்லது ஆட்சியாளருடைய தகுதியா?

மற்ற மாநிலங்களில் எப்படியோ, தமிழகத்தில் மேடைப் பேச்சென்பது ஓர் அரசியல் தலைவருக்கு முக்கியமான தகுதியாகக் கருதப்படுகிறது. குறிப்பாக, திராவிட இயக்கங்கள் மேடைப் பேச்சையே சிறந்த பிரசார உத்தியாகப் பயன்படுத்திக்கொண்டு வளர்ந்தன. மக்கள் வியந்து நிற்கும்வண்ணம் பேசுகிற தலைவர்கள் வாக்குகளைக் குவிப்பார்கள் என்பதை நிரூபிக்கும் புள்ளிவிவரங்கள் ஏராளமாக உண்டு.

மேடைப்பேச்சில் பல வகைகள் இருக்கின்றன. அழகான தமிழில், அடுக்குமொழியில் ஈர்க்கிறவர்கள் உண்டு; தெளிவான புள்ளிவிவரங்களை அடுக்கி ஆதாரபூர்வமான கேள்விகள், வாதங்களின்மூலம் கவர்கிறவர்கள் உண்டு; மக்களுடைய மொழியில் பேசிக் கைதட்டல் வாங்குகிறவர்கள் உண்டு; எதிர்க்கட்சியினரைக் கேள்வி கேட்டுச் சவால் விடுகிறவர்கள் உண்டு; தமிழே சரியாகப் பேசவராத சினிமா பிரபலங்களையும் தமிழக அரசியல் மேடைகள் கண்டிருக்கின்றன.

முன்பெல்லாம் ஒவ்வொரு கட்சிக்கும் நட்சத்திரப் பேச்சாளர்கள் இருந்தார்கள்; ஒருவர், இருவர் இல்லை, மாவட்டந்தோறும் பலர் இருந்தார்கள், அவர்கள் மாதம்முழுக்க ஊர் ஊராகச்

சென்று கட்சியின் கொள்கைகள், ஆட்சியின் சாதனைகளைப் பேசிக்கொண்டிருந்தார்கள், எதிர்க்கட்சியினரைக் கேள்வி கேட்டுக்கொண்டிருந்தார்கள்; அவர்களுடைய பேச்சைக் கேட்பதற்காக எங்கெங்கிருந்தோ மக்கள் வருவார்கள்; அவர்கள் பேசப்பேச வியப்போடு கேட்டுக்கொண்டிருப்பார்கள், கரவொலி ஊரை அதிரவைக்கும், பின்னர் இந்தப் பேச்சுகள் ஒலிநாடாக்களாகப் பதிவுசெய்யப்பட்டு விற்பனையாகும்; புத்தகங்களாகக்கூட வெளியாகும்.

இப்படிக் கட்சிகள், அரசியல் அமைப்புகளின் முக்கியப் பிரசார உத்தியாக இருந்தவை மேடைப்பேச்சுகள். நன்கு பேசத்தெரிந்தவர் நல்ல தலைவராகவும் இருப்பார் என்கிற நம்பிக்கை இங்கிருந்துதான் வந்திருக்கவேண்டும்.

தொலைக்காட்சி, பத்திரிகைகள், செய்தித்தாள்கள், இணையம், மொபைல் போன்றவை நன்கு பரவிவிட்ட இன்றைய சூழ்நிலையில், மேடைப்பேச்சுகள் வேறுவிதமாக மாறத்தொடங்கியிருக்கின்றன. பல்வேறு விஷயங்களைப்பற்றிய தலைவர்களின் கருத்துகள் இந்த ஊடகங்களின்வழியே பரவலாகச் செல்கின்றன. ஒரு மேடைப்பேச்சின்மூலம் சில நூறு பேரைச் சென்றுசேரக்கூடிய தலைவர்கள், இப்போது ஆயிரக்கணக்கானோர், லட்சக்கணக்கானோரைச் சென்றுசேர்கிறார்கள்.

அதேசமயம், அன்றைய மேடைப்பேச்சில் ஒரு பிழை நேர்ந்தால், 'மன்னிக்கவும்' என்று சொல்லிவிட்டுப் பேச்சாளரே அதைத் திருத்திக்கொண்டுவிடுவார். இல்லாவிட்டால், கூட்டத்தில் அமர்ந்திருக்கும் சில தொண்டர்கள், பொதுமக்கள் நமுட்டுச்சிரிப்போடு அதைக் கடந்துசெல்வார்கள், 'இப்படிச் சொல்ல நினைச்சிருப்பார்ய்யா, ஏதோ வேகத்துல மாத்திச் சொல்லிட்டார்' என்று சமாதானப்படுத்திக்கொள்வார்கள்.

ஆனால் இன்றைக்கு அந்த வாய்ப்பே கிடையாது. தமிழக முதல்வர் கம்ப ராமாயணத்தை எழுதியவர் பெயரைத் தவறாகக் குறிப்பிட்டாலும் சரி, எதிர்க்கட்சித் தலைவர் பழமொழியை மாற்றிச்சொன்னாலும் சரி, பக்கத்து மாநிலத்தில் ஒரு பாஜக

தலைவர் இன்னொரு பாஜக தலைவருடைய ஆட்சியை ‘ஊழல் ஆட்சி’ என்று தவறுதலாகக் குறிப்பிட்டாலும் சரி, இவை அனைத்தும் நிரந்தரப் பிழைகளாகிவிடுகின்றன. அவர்கள் ஒருமுறை செய்த பிழையை இணையம் பல லட்சம்முறை ஒலித்துக்காட்டிப் பெரிதாக்கிவிடுகிறது. நூறு பேர் பார்த்த பிழை இப்போது லட்சம் பேருக்குச் சென்றுவிடுகிறது, அதனால் அது மிகப்பெரிய பிழை என்று தோன்றிவிடுகிறது.

நாமெல்லாம் நாள்தோறும் பேச்சில் பல சிறு பிழைகளைச் செய்கிறவர்கள்தான். அவற்றை உடனடியாகத் திருத்திக்கொள்கிற வாய்ப்பு நமக்கு இருக்கிறது. ‘எக்ஸ்க்யூஸ் மீ’ என்ற வசதியான முன்னொட்டும் இருக்கிறது.

சென்ற தலைமுறையில் மேடையேறி முழங்கிய அருமையான பேச்சாளர்களும் எப்போதாவது ஒரு தகவல் பிழை செய்திருப்பார்கள்; திருத்திக்கொண்டிருப்பார்கள்; அவையெல்லாம் பதிவுசெய்யப்பட்டுத் திரும்பத்திரும்பக் காட்டப்படவில்லை என்பதால், இன்றைய தலைவர்களின் பிழைகளை மாபெரும் குற்றங்களாகக் காட்டுவது நியாயமாகத் தோன்றவில்லை.

உலக அளவில் பல சிறந்த தலைவர்கள், ஆட்சியாளர்கள் சிறந்த பேச்சாளர்களாகவும் இருந்திருக்கிறார்கள் என்பது உண்மை. அதேசமயம், நல்ல பேச்சாளர்களால் மட்டும்தான் சிறப்பாக ஆட்சிசெய்யமுடியும் என்பதற்குச் சான்றுகள் இல்லை. ஓர் அரசியல் தலைவருக்கு இருக்கவேண்டிய பல தகுதிகளில் மேடைப்பேச்சும் ஒன்று. தெளிவாக, துல்லியமாக, பிழையின்றிப் பேசவேண்டியது ஒவ்வொரு பேச்சாளரின் பொறுப்பு. அதைத்தாண்டி அதற்கு மிகுதியான முக்கியத்துவம் தருவது சரிதானா?

இன்றைய தமிழக அரசியல் சூழ்நிலையைப் பார்த்தால், ஒருபக்கம் அதிமுகவைச் சேர்ந்த முதல்வர் எடப்பாடி பழனிச்சாமி, துணை முதல்வர் ஓ. பன்னீர்செல்வம், அவர்களுக்குச் சவாலாக இயக்கம் கண்டிருக்கிற தினகரன், ‘நாம் தமிழர்’ என்ற முழக்கத்துடன் தொடர்ந்து பேசிவருகிற சீமான் போன்ற புதிய தலைவர்கள்,

இன்னொருபக்கம் திமுக தலைவர் ஸ்டாலின், மதிமுக தலைவர் வைகோ, பாமக தலைவர்கள் ராமதாஸ், அன்புமணி போன்ற பழைய முகங்கள், இவர்களோடு அரசியலுக்குப் புத்தம்புதிதான, ஆனால் மக்களுக்கு மிக நன்றாகத் தெரிந்த ரஜினிகாந்த், கமல்ஹாசன் ஆகியோர். இவர்கள் எல்லாருடைய மேடைப்பேச்சும் வெவ்வேறுவிதமானது. வைகோவைத்தவிர மற்ற யாரையும் பழைய தலைமுறைப் பேச்சாளர்களோடு ஒப்பிடமுடியாது.

ஆகவே, அடுத்த சில ஆண்டுகளில் தமிழக அரசியல் மேடைகளில் பலவிதமான பேச்சுகள் ஒலிக்கவிருக்கின்றன. இவை அனைத்தும் டிஜிட்டல் பதிவுகளாக என்றென்றும் கிடைக்கப்போகின்றன. இந்தத் தலைவர்கள் ஒரு சொல்லையோ சொற்றொடரையோ புள்ளிவிவரத்தையோ மாற்றிச்சொல்லிவிட்டால் இணையப் பயனாளர்கள், மீம் உருவாக்குநர்கள் அதை நன்கு கிண்டலடித்துக் காயப்போடப்போகிறார்கள். அதைப் படிக்கிற, பார்க்கிற மக்கள் விழுந்து விழுந்து சிரித்துவிட்டு இன்னும் பலருக்கு அனுப்பி மானத்தை வாங்கப்போகிறார்கள். பிரதமர், முதல்வர், அதிபர், முதியவர், இளைஞர், முனைவர் பட்டம் பெற்றவர் என்றெல்லாம் அவர்கள் பார்க்கப்போவதில்லை. பிழை என்றால் பிழை, நாங்க ரொம்பக் கண்டிப்பாக்கும்!

இவையெல்லாம் நல்ல பொழுதுபோக்குகள் என்பதுவரை சரிதான். எப்பேர்ப்பட்டவராக இருந்தாலும் இரக்கமில்லாமல் இடித்துரைக்கிற விமர்சகர்கள் அவசியம்தான். ஆனால், இவற்றைமட்டுமே வைத்து ஒருவரைப்பற்றிய நல்ல, அல்லது மோசமான கருத்தை உருவாக்கிக்கொள்ளும்போதுதான் அச்சப்படவேண்டியிருக்கிறது.

எடுத்துக்காட்டாக, ஒரு பிரபலமான நபர் தொலைக்காட்சிப் பேட்டியொன்றில் 'இந்தியாவுக்கு 1847ல் சுதந்திரம் கிடைத்தது' என்று சொல்லிவிடுகிறார் என்று வைத்துக்கொள்வோம். அந்த ஒரு விநாடி வீடியோ துணுக்கை வைத்து முன்னும் பின்னும் வடிவேலு, கவுண்டமணி, செந்தில் காமெடிகளைச் சேர்த்து அவரைக் கேலி செய்து வீடியோக்கள் தயாரிக்கப்படுகின்றன,

பரப்பப்படுகின்றன, இவற்றையெல்லாம் யாரும் திட்டமிட்டுச் செய்யவில்லை, தன்னியல்பாக நிகழ்கிறது, சில நாட்களில் அவருடைய மற்ற செயல்பாடுகள் அனைத்தும் மறந்துபோய் அவர் நகைப்புக்குரிய ஆளுமையாகிவிடுகிறார்.

அதன்பிறகு, அவர் என்னதான் நல்லது செய்தாலும், விருதுகள், கௌரவங்களைப் பெற்றாலும், யாராவது இந்த வீடியோக்களின் இணைப்புகளை எடுத்துப்போட்டுக் கேலி செய்வார்கள். பொதுப்பார்வையில் அவர்மீதான தோற்றம் நிரந்தரமாக மாறிவிடும்.

இதற்கு நேரெதிராக, மேடையில் அருமையாகப் பேசக்கூடிய சிலருடைய உரைகள் திரும்பத்திரும்ப ஒலிபரப்பப்படுகின்றன, நண்பர்களுக்கு அனுப்பப்படுகின்றன, அதன்மூலம் அவர் ஒரு சிறந்த திறமையாளர் என்ற பிம்பம் பரவுகிறது. அதே துறையில் அவரைவிடத் திறமையாக இயங்கக்கூடியவர்கள் பின்னுக்குத் தள்ளப்படுகிறார்கள்.

இன்றைய தேதிக்கு, தனி நபர்கள், இயக்கங்கள், நிறுவனங்கள், வணிக *Brand*கள் என அனைத்தையும் இணையத்தின்மூலம் இப்படி ஆக்கவோ அழிக்கவோ இயலும். அது தானாக நிகழ்வதுகூடப் பரவாயில்லை, திட்டமிட்டு நிகழ்த்தப்பட்டால்?

இந்தப் பிரச்னைக்கு மருந்து, மீம் உருவாக்குநர்களுக்குத் தடைபோடுவதில்லை. இதுபோன்ற பொழுதுபோக்குகளைப் பொழுதுபோக்குகளாகமட்டுமே பார்க்கப் பழகுவதுதான்.

எடுத்துக்காட்டாக, ஒருவர் வாழைப்பழத்தோலில் வழுக்கி விழுகிறார் என்றால், அதைப்பார்த்துச் சிரிப்பது நாகரிகமில்லை. ஆனால், பெரும்பாலானோருக்கு உடனே சிரிப்பு வந்துவிடுகிறது. அதைக்கூடப் பொறுத்துக்கொள்ளலாம், அப்படி வழுக்கிவிழுந்தார் என்ற ஒரே காரணத்துக்காக அவருடைய மற்ற திறமைகளை, தகுதிகளை மறந்துவிடக்கூடாது.

இன்றைக்கு இணையத்தில் பரவிவரும் மீம்களைக் கவனித்துப் பார்த்தால் 99% யாரையாவது கேலி செய்வதாகத்தான் இருக்கின்றன. அந்தக் கேலிகள் எவையும் ஆழமாகச்

சிந்தித்து, சம்பந்தப்பட்ட நபரின், நிகழ்வின் பின்னணியைப் புரிந்துகொண்டு, அவருடைய நிலையை உணர்ந்து, இருதரப்புச் சிந்தனைகளைச் சீர்தூக்கிச் செய்யப்படுபவை இல்லை. அந்தக் கணத்தில் தோன்றும் ஒருவரி கிண்டல், கூட்டத்திலிருந்து ஒரு கேலிச்சிரிப்பு, அவ்வளவுதான். அவற்றைமட்டும் அடிப்படையாகக்கொண்டு நம்முடைய கருத்துகளை அமைத்துக்கொள்வது முட்டாள்தனமாகவே இருக்கும்.

மீம்கள் காலத்தின் தேவை. இன்றைய வாசகர்கள், பயனாளர்களின் எதிர்பார்ப்பைச் சிறப்பாகப் பூர்த்திசெய்பவை. அவற்றை ஒரு சிறந்த கலைவடிவமாக, காலக்கண்ணாடியாகப் பார்க்கலாம். அதேசமயம், அவற்றின் உள்ளடக்கம் மேலோட்டமானதாக இருக்கும்போது, அந்தத் தகுதிக்குமீறிய முக்கியத்துவத்தை அவற்றுக்கு வழங்கிவிடக்கூடாது.

(மார்ச் 2018)

15. மிதிவண்டி என்னும் அதிசயம்

'பூஞ்சை உடம்பு!'

சிறுவயதில் பீட்டர் வாக்கரைப் பார்த்த எல்லாரும் இப்படித்தான் சொல்வார்கள். உடலில் தெம்பே இல்லை என்பார்கள்.

குழந்தைப் பருவத்திலிருந்தே ஆஸ்துமாவாலும் பாதிக்கப்பட்டிருந்தார் பீட்டர். பலவீனத்துடன் இதுவும் சேர்ந்துகொள்ள, அடிக்கடி நோய்வாய்ப்படுவார். யாராவது வீட்டுக்கு வந்து அவரைக் கவனிக்கவேண்டியிருக்கும்.

ஆனால் அதெல்லாம் குழந்தைக்குத் தெரியுமா? மற்ற பிள்ளைகளைப்போலவே தானும் ஓடியாடி விளையாடவேண்டும் என்றுதான் அவர் விரும்பினார். குறிப்பாக, கால்பந்து விளையாடுவதென்றால் அவருக்கு அவ்வளவு ஆசை! மனத்தின் சுறுசுறுப்பு உடலுக்கு இல்லையே. சிறிதுநேரம் விளையாடுவார், பிறகு சோர்ந்து அமர்ந்துவிடுவார். இப்படியே இளமைக்காலம் சென்றுகொண்டிருந்தது.

டீனேஜில் ஒருமுறை அவருடைய உடல்நிலை மிக மோசமாகி மருத்துவமனைக்குச் செல்லவேண்டியதாகிவிட்டது. அதன்பிறகு கொஞ்சம் நிலைமை முன்னேறியது. அவரால் ஓரளவுக்குத் தன்னைச் சமாளித்துக்கொள்ள இயன்றது.

அதேசமயம், தன்னுடைய உடல் பலவீனமானது என்ற எண்ணத்திலிருந்து பீட்டரால் வெளியே வர இயலவில்லை. தனக்கு விளையாட்டெல்லாம் சரிப்படாது என்று நிறுத்திவிட்டார். மைதானம் பக்கமே செல்வதில்லை. சிறிய உடற்பயிற்சிகளிலும் ஈடுபடுவதில்லை.

இப்படி இருந்த ஒரு மனிதரிடம், திடீரென்று ஆரோக்கியத்தின் அடையாளங்கள் தென்பட ஆரம்பித்தால்?

அதாவது, இளவயதுமுதல் தன்னுடைய உடல் எதற்கும் தகுதியானதில்லை என்று நம்பிவந்த பீட்டர், திடீரென்று அதனால் எதையும் சாதிக்க இயலும் என்கிற நம்பிக்கையைப் பெற்றார். அதுவும் சில மாதங்களில்!

அதற்காகத் தொலைக்காட்சியில் காட்டப்படுகிற 'அதிசய மருந்து'கள் எவற்றையும் அவர் வாங்கிச்சாப்பிட்டார் என்று எண்ணிவிடவேண்டாம். முழுவதும் இயற்கையானமுறையில் நிகழ்ந்த வியப்பூட்டும் மாற்றம் இது. காரணம், சைக்கிள்!

கார்கள், பைக்குகளுக்குமத்தியில் நாம் இழிவாகப் பார்க்கிற, 'ஏழைகளின் வண்டி' என்று நினைக்கிற அதே இருசக்கர வாகனம்தான். பீட்டரின் வாழ்க்கையை அது முற்றிலுமாக மாற்றிப்போட்டுவிட்டது!

இது எதேச்சையாக நிகழ்ந்த அதிசயம்தான். கல்லூரியில் படித்துக்கொண்டிருந்த பீட்டர் திடீரென்று படிப்பை நிறுத்திவிட்டுக் கூரியர் நிறுவனமொன்றில் சேர்ந்தார். ஊர்முழுக்கச் சுற்றித்திரிந்து வாடிக்கையாளர்களுக்குத் தபால்களை வழங்கும் வேலை அவருக்குத் தரப்பட்டது.

ஒரே பிரச்னை, கூரியர் பையன்களுக்கு பைக் தரமாட்டார்கள். மாங்குமாங்கென்று சைக்கிள் மிதிக்கவேண்டும்.

அப்போது பீட்டருக்கு அந்த வேலை தேவைப்பட்டது. ஆகவே, சட்டென்று ஒப்புக்கொண்டுவிட்டார்.

அதன்பிறகு, தினந்தோறும் நாள்முழுக்க லண்டன் நகரின் பல்வேறு பகுதிகளை சைக்கிளில் சுற்றிவந்தார் பீட்டர். அந்த

உழைப்புக்கு ஏற்ற சம்பளமும் கிடைத்தது. மகிழ்ச்சியாக வாழ்ந்துகொண்டிருந்தார்.

அப்போது அவர் கவனிக்காத விஷயம், இதன்மூலம் அவருடைய உடலும் பலமாகிக்கொண்டிருந்தது.

சைக்கிள் ஓட்டுவதை பீட்டர் ஓர் உடற்பயிற்சியாக நினைக்கவே இல்லை. அப்படி யாராவது சொல்லியிருந்தால் அவர் இந்த வேலையை மறுத்திருக்கக்கூடும். அந்த அளவுக்குத் தன்னுடைய உடல்மீது நம்பிக்கையின்றி இருந்தார் அவர்.

ஆனால் இப்போது, தன்னையும் அறியாமல் அவர் நாள்முழுக்க சைக்கிள் ஓட்டி உடற்பயிற்சி செய்கிறார். அதனால் அவருடைய உடலில் பலமும் மெருகும் பெருகத்தொடங்கின.

இதைக் கவனித்த பீட்டரின் நண்பர்கள் வியந்துபோனார்கள், 'என்னடா, நோஞ்சான் மாதிரி இருந்தே, இப்ப சிக்ஸ்-பேக் ரேஞ்சுக்குப் போய்க்கிட்டிருக்கியே. தினமும் ஜிம்முக்குப் போறியா?' என்று விசாரிக்கத் தொடங்கினார்கள்.

பீட்டரும் இதைப்பற்றி வியப்போடு யோசித்தார். 'இந்தக் கூரியர் வேலைக்கு நடுவே ஜிம்முக்குப் போக எனக்கேது நேரம்?'

ஆனால், ஜிம் செல்லாமலே அவருடைய உடல் பலமாகிக் கொண்டிருக்கிறது, ஆரோக்கியமாகிக் கொண்டிருக்கிறது. அது எப்படி என்று யோசித்தபோது, சைக்கிள்தான் அனைத்துக்கும் காரணம் என்று புரிந்துகொண்டார் அவர்.

அதன்பிறகு, பீட்டர் சைக்கிளைப்பற்றி நிறைய ஆராய்ச்சிசெய்யத் தொடங்கினார். இந்த எளிய, பயனுள்ள வாகனத்தைப் பெரும்பாலானோர் ஏன் கவனிப்பதில்லை என்று வியந்தார்.

பெட்ரோலில் ஓடுகிற, சாலையை ஆட்சிசெய்கிற மற்ற வாகனங்களுடன் ஒப்பிட்டால், சைக்கிள் மிக மெதுவானது. அதேசமயம், அந்த வாகனங்களால் தர இயலாத பல நன்மைகளை இது தருகிறது. சைக்கிள் ஓட்டுவதற்கு தினசரிச் செலவு ஏதுமில்லை. அவ்வப்போது துடைத்து வைத்துப் பழுது பார்த்துப் பஞ்சர் வரும்போது ஒட்டினால் போதும்.

சாலையில் சைக்கிளுக்குச் சிறிதளவு இடம்தான் தேவைப்படும். எந்தச் சந்துபொந்திலும் புகுந்து செல்வதற்கு ஏற்றது. போக்குவரத்து நெரிசல்களின்போது சைக்கிளைக் கையில் தூக்கிக்கொண்டு முன்னே சென்றுவிடலாம்.

முக்கியமாக, தினமும் சைக்கிள் ஓட்டுகிற பழக்கம் நம்முடைய உடலை உறுதியாக்குகிறது. அதன்மூலம் நம் ஆரோக்கியம் மேம்படுகிறது. வாழ்நாள் அதிகரிக்கிறது.

'யோசித்துப்பாருங்கள், ஒரு மருந்து மனிதனுடைய வாழ்நாளை நிச்சயமாக அதிகரிக்கும் என்று தெரிந்தால் அதை எவ்வளவு விலை கொடுத்தும் வாங்குவார்களல்லவா?' என்கிறார் பீட்டர், 'சைக்கிளின்மூலம் இது சாத்தியம் என்பது தெரிந்திருந்தும் நாம் ஏன் அதைக் கண்டுகொள்வதில்லை?'

தனிமனிதர்கள்மட்டுமல்ல, பெரிய அரசாங்கங்களும் சைக்கிள் ஓட்டும் பழக்கத்தை ஊக்குவிப்பதில்லை. நம்முடைய சாலைகள் பெரிய வாகனங்களுக்கேற்பவே வடிவமைக்கப்படுகின்றன. அவற்றினிடையே சைக்கிள் ஓட்டுகிறவர்கள் பயந்துகொண்டுதான் செல்லவேண்டியிருக்கிறது.

இதை அப்படியே மாற்றிப்போட்டு, அரசாங்கங்கள் சைக்கிள் ஓட்டுவதை ஊக்குவித்தால் எப்படியிருக்கும்! பெட்ரோல் காசை மிச்சப்படுத்தலாம் என்றாவது பலர் சைக்கிளுக்கு மாறுவார்கள் அல்லவா? அதன்மூலம் ஆரோக்கியமாவார்கள் அல்லவா? இன்றைக்கு அவர்களெல்லாம் சைக்கிளைத் தொடாமலிருக்கக் காரணம், சமூகம் அதை ஓர் இழிவான விஷயமாகக் கருதுவதும், சைக்கிள் ஓட்டுகிறவர்களுக்குச் சாலையில் பாதுகாப்பின்மையும்தான்.

இப்போது பெரிய பத்திரிகையாளராகப் புகழ்பெற்றிருக்கும் பீட்டர் வாக்கர் சைக்கிள் ஓட்டும் பழக்கத்தைப் பரவலாக்குவதன் அவசியத்தைப்பற்றித் தொடர்ந்து பேசிவருகிறார். 'இதன்மூலம் நாட்டின் ஒட்டுமொத்த ஆரோக்கியம் பெருகும். மருத்துவச் செலவுகள் குறையும். மக்கள் அதிக மகிழ்ச்சியுடன் வாழ்வார்கள். எப்போதும் வேகமாக ஓடிக்கொண்டிருக்காமல் சக

மனிதர்களைப் பார்த்துப் புன்னகைக்கத் தெரிந்துகொள்வார்கள். ஒரு சைக்கிளில் இத்தனை நன்மைகள் உள்ளன!'

அதற்காக எல்லாரும் பீட்டரைப்போல் தினசரி நகர்முழுக்க வியர்க்க விறுவிறுக்க சைக்கிள் ஓட்டவேண்டியதில்லை, கார், பைக்கைத் தூக்கி எறியவேண்டியதில்லை. அவற்றைத் தேவையான நேரங்களில் பயன்படுத்திக்கொள்ளலாம். ஒவ்வொன்றுக்கும் அவற்றைச் சார்ந்திருக்காமல், வாய்ப்புக் கிடைக்கும்போதெல்லாம் சிறிய தொலைவுகளுக்கு சைக்கிளிலேயே செல்வது என்ற எளிய வழக்கத்தை ஏற்படுத்திக்கொண்டால் போதும். அதுவே உடற்பயிற்சி, அதுவே சிக்கனம், அதுவே தொலைநோக்கில் நமக்கும் சமூகத்துக்கும் நல்லது.

(செப்டம்பர் 2017)

16. பொம்மலாட்டம்

என்னுடைய செல்ஃபோனில் ஒரு புதிய மென்பொருளைத் தரவிறக்கம் செய்தேன். சிறிதுநேரம் பயன்படுத்திப்பார்த்தேன். சரியாகப் புரியவில்லை.

ஆகவே, நண்பர்கள் சிலரிடம் உதவி கேட்டேன், 'இது என்னமாதிரி மென்பொருள்? இதில் என்னென்ன வசதிகள் உண்டு? இவற்றை நான் எப்படிப் பயன்படுத்திக்கொள்வது? கொஞ்சம் விளக்கிச்சொல்லுங்களேன்.'

அரைமணிநேரத்துக்குள் அவர்கள் எல்லாரும் பதில் எழுதியிருந்தார்கள். அந்த மென்பொருளின் அருமையான வசதிகளைப் பட்டியலிட்டு உதவியிருந்தார்கள்.

வியப்பான விஷயம், அவர்கள் அனைவருடைய பட்டியலின் உச்சியிலும் இடம்பெற்றிருந்த விஷயம், '*Lots and Lots of Emojis. Enjoy.*'

எல்லாரும் சொல்கிறார்களே என்று அந்த மென்பொருளின் *Emoji* பக்கத்தை க்ளிக் செய்துபார்த்தேன். அசந்துபோனேன். நூற்றுக்கும் மேற்பட்ட பொம்மைகளை அடுக்கிவைத்திருந்தார்கள்: மகிழ்ச்சி, சோகம், கோபம், எரிச்சல், குறும்பு... நவரசங்களையும் அந்தப் பொம்மைகள் பிரதிபலித்தன.

இமோஜி/எமோஜி/எமோடிகான்/ஸ்மைலி/சிரிப்பான்... இப்படி விதவிதமான பெயர்களில் அழைக்கப்படும் சிறு பொம்மைகள்தான் இன்றைக்கு நவீன தகவல்தொடர்புச் சாதனங்களாகத் திகழ்கின்றன. அனைத்துக் கணினிகள், செல்பேசிகளிலும் இந்தப் பொம்மைகள் முக்கிய இடம்பிடித்திருக்கின்றன. யாராவது எதையாவது கேட்கும்போது அதற்கு மாங்குமாங்கென்று உட்கார்ந்து பதில் எழுதுவதைவிட, ஒரு பொம்மையில் விஷயத்தைச் சொல்லிவிடுவது எல்லாருக்கும் வசதியாக இருக்கிறது.

எடுத்துக்காட்டாக, ‘அலுவலகத்தில் எனக்கு இந்த விருது கிடைத்திருக்கிறது’ என்று ஒரு நண்பர் எழுதினால், அதற்குக் கைதட்டும் பொம்மையைப் பதிலாகத் தரலாம். அல்லது, கட்டைவிரல் உயர்த்தும் பொம்மை. சில குறும்பர்கள் கேக் அல்லது ஒயின் கோப்பை பொம்மையைப் போட்டுப் ‘பார்ட்டி எப்போ?’ என்று மறைமுகமாக விசாரிக்கலாம். அவருடைய வளர்ச்சியைப் பிடிக்காதவர்கள் காக்கை பொம்மையைக் காட்டி, ‘நீ காக்கா பிடிச்சுதான் மேலே வந்தேன்னு எங்களுக்குத் தெரியாதா?’ என்று பொருமலாம்.

இந்த விஷயங்கள் அனைத்தையும் எழுத்திலும் வெளிப்படுத்த முடியும். ஆனால் அதையெல்லாம் யோசித்து எழுதுவதற்கு யாருக்கு நேரமிருக்கிறது? சட்டென்று ஓர் எமோஜியைத் தேர்ந்தெடுத்துப் பதிவுசெய்தால் வேலை முடிந்தது!

சென்ற தலைமுறையில் யாருக்காவது பிறந்தநாள் என்றால் உருகியுருகி வாழ்த்துக்கடிதம் எழுதிக்கொண்டிருந்தார்கள். பின்னர் அச்சிட்ட வாழ்த்தட்டைகளை வாங்கிக் கையெழுத்துப்போட்டுத்தருகிற கலாசாரம் வந்தது. கிட்டத்தட்ட அதேமாதிரி ஒரு மாற்றம்தான் இதுவும்: நானே சிந்தித்து எழுதினால்தான் ஆச்சா? இதுபோன்ற சூழ்நிலைகளுக்காகவே யாரோ சிந்தித்துப் படம்வரைந்துவைத்திருக்கிறார்கள், அதைப் பயன்படுத்திக்கொள்கிறேனே! யோசித்துப் பார்த்தால், இதுவொன்றும் புதிய கலாசாரம் இல்லை. மனிதனின் தகவல் தொடர்பே ஓவியங்களில்தான் தொடங்கியிருக்கிறது.

எழுத்துகளெல்லாம் கண்டறியப்படுவதற்குமுன்னால் குகைகளில் வாழ்ந்த மனிதன் தன்னுடைய நாளை ஓவியங்களாக வரைந்துகொண்டிருந்தான். பல கலாசாரங்களில் வெவ்வேறு காட்சிகளை, கதைகளை ஓவியங்களாக, அல்லது சிறு படங்களாக வரைந்துவைக்கும் பழக்கம் இருந்திருக்கிறது.

பின்னர் எழுத்துகள் வந்தபிறகு, படங்களின் பங்களிப்பு குறையத்தொடங்கியது. இதற்கு இரண்டு முக்கியக் காரணங்கள்:

1. எழுத்தின்மூலம் விஷயங்களை இன்னும் தெளிவாக, குழப்பத்துக்கு இடமின்றி வெளிப்படுத்தமுடியும்

2. எல்லாருக்கும் ஓவியம் வரைவது (இன்னும் சரியாகச் சொல்வதென்றால், பிறருக்குப் புரியும்படி ஓவியம் வரைவது) சரிப்படாது

அதேசமயம், படங்களுடன் ஒப்பிடும்போது, எழுத்துகளில் ஒரு குறை: அந்தக் குறிப்பிட்ட மொழியை அறிந்தவர்கள், அதை எழுதப் படிக்கத் தெரிந்தவர்கள் மட்டுமே அதனை வாசிக்கமுடியும். பிறருக்குப் புரியாது.

தமிழை நன்கு வாசிக்கும் நீங்களோ நானோ ஜப்பானுக்குச் செல்கிறோமென்றால், திகைத்துப்போவோம். அங்குள்ள எந்த எழுத்துகளும் நமக்குப் புரியாது. பேசவும் தெரியாது. 'பேருந்து நிறுத்தம் எங்கே இருக்கிறது?' என்று எப்படிக் கேட்பது?

அப்போது, திடீரென்று ஒரு பலகை எதிர்ப்படுகிறது. அதில் ஒரு பேருந்தின் படத்தை வரைந்திருக்கிறார்கள். நாம் நிம்மதிப் பெருமூச்சு விடுகிறோம். மொழி புரியாவிட்டாலும், அந்தப் படம் நமக்கு விஷயத்தை உணர்த்திவிட்டது. சில சமயங்களில் மொழி தெரிந்தாலும்கூட, கூடுதல் ஈர்ப்புக்காகப் படங்கள் சேர்க்கப்படுகின்றன. நீளமான கதைப் புத்தகங்களுக்கு நடுவே ஆங்காங்கே சிறு ஓவியங்கள் இடம்பெறும்போது அவற்றின்மீது நம் கவனம் செல்கிறது, அவற்றை எழுத்துகளுடன் பொருத்தி அதிகம் அனுபவிக்கிறோம். இதனால்தான், புகழ்பெற்ற பல புத்தகங்கள் *Illustrated Editions*ஆக வெளிவருகின்றன. அதற்குமுன் வெறுமனே எழுத்துகளாகப் படித்துக்கொண்டிருந்தவர்கள்

இப்போது அவற்றை ஓவியங்கள், புகைப்படங்களுடன் பார்த்துக் கூடுதலாக ரசிக்கிறார்கள்.

இது புத்தகங்களுக்குமட்டுமல்ல, தனிமனிதர்கள் எழுதும் கடிதங்களுக்கும் பொருந்தும். ஒரு நீண்ட கடிதத்தின் நடுவே பூவின் படமொன்று வரையப்பட்டிருந்தால் சட்டென்று நம் கண் அங்கே செல்லுமல்லவா?

சென்ற நூற்றாண்டின் முற்பகுதியில், அதாவது, கணினிகள், செல்ஃபோன்களெல்லாம் கண்டறியப்படுவதற்குமுன்பே *Smiley Face* எனப்படும் புன்னகை முகங்களைக் கடிதங்களில், ஆவணங்களில் பயன்படுத்தும் வழக்கம் இருந்திருக்கிறது. இன்றைக்கும் நாம் பல இடங்களில் பார்க்கிற மஞ்சள் நிறச் சிரிக்கும் முகம்தான் இது.

*Smiley Face*ஐ வரைவதும் எளிது, புரிந்துகொள்வதும் எளிது. இரண்டு புள்ளி வைத்துக் கீழே ஒரு வளைகோடு போட்டுச் சுற்றிலும் வட்டம் வரைந்துவிட்டால் நாம் மகிழ்ச்சியாக இருக்கிறோம், அதை வெளிப்படுத்துகிறோம் என்று எல்லாருக்கும் தெரிந்துவிடும்.

அந்த வளைகோட்டைத் தலைகீழாக்கினால், அதே முகம் சோகத்திற்கு மாறிவிடும். வருத்தமான விஷயங்களைச் சொல்லும்போது இதனைப் பயன்படுத்தலாம்.

இதன் அடுத்தகட்டமாக, இதயவடிவப் படம் பிரபலமானது. உண்மையில் மனித இதயம் துல்லியமாக அந்த வடிவத்தில் இல்லையென்றாலும், யாரோ இதனை அறிமுகப்படுத்திவிட்டார்கள், அது காதலின் சின்னம் என்று சொல்லிவிட்டார்கள், ஒட்டுமொத்த உலகமும் விரும்பிப் பின்பற்றத்தொடங்கிவிட்டது. இன்றைய நவீன கருவிகளிலும் இதயப்படம் பலவிதமாகப் பயன்படுத்தப்படுகிறது: சிரித்த முகத்தின் கண்களுக்குப்பதில் இரு இதயங்களை வரைகிறார்கள், இதயத்தின் நடுவே அம்பு (மன்மதன் செலுத்தியது) வரைகிறார்கள், ஆண், பெண் படங்களை வரைந்து நடுவில் இதயத்தைச் சேர்க்கிறார்கள்... இப்படி இன்னும் நிறைய.

சிரிக்கும் முகம், அழும் முகம், இதயம் போன்ற பொம்மைகள் பல தனிப்பட்ட எழுத்துகள், அச்சு ஊடகங்களில் பயன்படுத்தப்பட்டுவந்த நேரத்தில்தான் கணினியில் எழுதுவது அதிகரித்தது. அங்கேயும் இதுபோன்ற படங்களைப் பயன்படுத்தமுடியுமா என்று மக்கள் யோசித்தார்கள்.

இன்றைய கணினிகளில் படம் வரைவது சுலபம். ஆனால், அன்றைய கணினிகள் வெறும் எழுத்துகளைமட்டுமே ஏற்றுக்கொண்டன, திரையில் காண்பித்தன. ஆகவே, அவற்றில் ஒரு சிரிக்கும் பொம்மையை 'வரைவது' சிரமம். அதற்குப்பதிலாக, சிரிக்கும் பொம்மையை 'எழுதலாம்' என்று ஒருவர் கண்டுபிடித்திருக்கிறார்.

அவர் பெயர் ஸ்காட் எலியாட் ஃபாஹ்ல்மன். 1982ம் வருடம் அவர் எழுதிய ஒரு குறிப்பில், 'நகைச்சுவையான விஷயங்களை எழுதும்போது அவற்றை இப்படிக் காண்பிக்கலாமே' என்று எழுதியிருக்கிறார்:

:-) இந்த மூன்று எழுத்துகளையும் அருகருகே எழுதிவிட்டு, கழுத்தை 90 டிகிரி திருப்பிப்பார்த்தால், ஒரு முகம் சிரிக்கிறாற்போலிருக்கும். இதைத்தான் ஸ்காட் ஃபாஹ்ல்மன் கண்டுபிடித்துப் பரிந்துரைத்தார்.

'ஸ்மைலி' என்று செல்லமாக அழைக்கப்படும் இந்த மூவெழுத்துகளை இவர்தான் முதன்முதலாகக் கண்டுபிடித்தாரா என்பது தெரியவில்லை. ஆனால், கணினிகள் வளர வளர, இந்த மூவெழுத்துகளும் பிரபலமாகத்தொடங்கின. குறிப்பாக, *Chat Programs/Messenger Programs* என்றழைக்கப்படும் அரட்டை சாதனங்களில் இந்த ஸ்மைலி மிகப் பிரபலமடைந்தது.

சிலர் 'சிரிப்பதற்கு மூன்று எழுத்துகளா? இரண்டு போதுமே' என்றார்கள், இதனை இன்னும் சுருக்கி :) என்று எழுதத்தொடங்கினார்கள். இதே பாணியில் வேறு ஸ்மைலிகளும் வந்தன. எடுத்துக்காட்டாக:

:-D பெரிதாகச் சிரிப்பது

;-) கண்ணடிப்பது

:-P நாக்கைத் துருத்திக்கொண்டு குறும்பாகச் சிரிப்பது

<3 இதயம்

இதுபோன்ற ஸ்மைலிகளைப் புரிந்துகொள்ளவேண்டுமென்றால், கழுத்தை 90 டிகிரி திருப்பியாகவேண்டும். அதற்குப்பதிலாக, நேரடியாகவே ஸ்மைலிகளை உருவாக்கலாமே என்று சிலர் நினைத்தார்கள்.

எடுத்துக்காட்டாக: ★_★

இதிலும் மூன்று எழுத்துகள்தான் இருக்கின்றன. ஆனால், கழுத்தைத் திருப்பாமலேயே இது ஒரு முகம் என்பது புரிகிறது, நட்சத்திரக்குறிகளைக் கண்களாகவும், நடுவிலுள்ள கோட்டை வாயாகவும் புரிந்துகொள்கிறோம்.

ஜப்பானியர்கள் அறிமுகப்படுத்திப் பிரபலப்படுத்திய இது போன்ற ஸ்மைலிகளை *Kaomoji* என்றழைத்தார்கள். ஜப்பானிய மொழியில் *Kao* என்றால் முகம், *moji* என்றால் எழுத்துகள்.

கணினித் தொழில்நுட்பம் வளர வளர, இப்படி எழுத்துகளைக் கொண்டு சிரமப்படாமல் அழகிய, சிறு பொம்மைகளை நேரடியாகத் திரையில் 'வரைகிற' தொழில்நுட்பம் வந்தது. எடுத்துக்காட்டாக, பல மென்பொருள்களில் நீங்கள் :-) என்று எழுதியவுடன், அது ஓர் அழகிய சிரிக்கும் முகமாக மாறிவிடும். நீங்கள் வரையவேண்டியதில்லை, கணினியே வரைந்துவிடும்.

இப்படி உணர்ச்சிகளை வெளிப்படுத்தும் பொம்மைகளை *Emoticon*, அதாவது, உணர்வுகளைக் காட்டும் சிறு படங்கள் என்று அழைத்தார்கள். இவை பல கணினி, செல்ஃபோன் மென்பொருள்களில், குறிப்பாக தனிப்பட்ட செய்திகளைப் பரிமாறிக்கொள்கிற, குழுக்களாக உரையாடுகிற மென்பொருள்களில் பரவலாகப் பயன்படுத்தப்பட்டன. நூற்றுக்கணக்கான *Emoticon*கள் அறிமுகமாகின.

தொண்ணூறுகளில் செல்ஃபோன்கள் வேகமாகப் பிரபலமடைந்துவந்த நேரம், ஜப்பானிய செல்ஃபோன் தயாரிப்பாளர்கள் இந்தப் படங்களை மேலும் அதிகப்படுத்தி ஏராளமான உணர்வுகளை வெளிப்படுத்தும் பொம்மைகளை அறிமுகப்படுத்தினார்கள். இவை *'Emoji'* என்று அழைக்கப்பட்டன. *'E'* என்றால் பொம்மை, *'moji'* என்றால் எழுத்துகள்!

இப்படி விளையாட்டாகத் தொடங்கிய சிரிப்பான்கள்/ உணர்வுப் பொம்மைகள் இன்று எல்லாவிதமான தகவல் தொடர்புகளிலும் பயன்படுகின்றன. அரட்டைகளில்மட்டுமின்றி, அலுவல்ரீதியில் எழுதும் கடிதங்களில்கூட இவற்றை ஆங்காங்கே பார்க்கமுடிகிறது. பெரிய அரசியல் தலைவர்களின் ட்விட்டர் வாழ்த்துச்செய்திகளில் இவற்றைப் பார்க்கிறோம். நவீன ஸ்வாமிஜிக்களும் தங்களுடைய உபதேசங்களில் எமோஜிகளைப் பயன்படுத்தினால் வியப்பில்லை.

குறிப்பாக, இளைய தலைமுறையினர் இவற்றை ஏராளமாகப் பயன்படுத்துகிறார்கள். வெறுமனே ஸ்மைலிகளிலேயே பேசிக்கொள்கிறவர்கள் உண்டு. எழுத்துகளெல்லாம் எதற்காக?

பொம்மைகளில் பேசத்தொடங்கிய நாம் எழுத்துகளைக் கற்று மீண்டும் பொம்மைகளுக்குத் திரும்பியிருப்பது ஒரு சுவாரஸ்யமான சுழல். அதேசமயம், இதன்மூலம் நமது வார்த்தைவளம், உணர்வுகளை வெளிப்படுத்தும் திறன் குறைந்துவிடுமோ என்கிற திகைப்பு ஏற்படுகிறது. இனி, நாம் சொல்ல நினைத்த ஒன்றைச் சொல்லும் பொம்மை இல்லையென்றால்தான் அதை எழுத்தில் எழுதத் துணிவோமா? எல்லாவற்றையும் சொல்லும் பொம்மைகள் வந்தபிறகு, எழுத்துகள் அநாவசியமாகிவிடுமோ? நாளைய புத்தகங்கள் ஸ்மைலிகளில்மட்டும் எழுதப்படுமோ?

சுவாரஸ்யமான கேள்விகள், காத்திருந்து பார்ப்போம் :)

(ஏப்ரல் 2017)

17. என்றென்றும் ஃபெடரர்

பெரிய நட்சத்திரமாக இருந்தாலும் சரி, தொடர்ந்து இரண்டு படம் சொதப்பிவிட்டதென்றால் மூன்றாவது படத்துக்குத் துளி எதிர்பார்ப்பிருக்காது. ‘ஜெயிச்சா பார்த்துக்கலாம்’ என்று பெரும்பாலான ரசிகர்கள் இன்னொரு நடிகருக்குக் கைதட்டச்சென்றுவிடுவார்கள்.

ஆனால், தொடர்ந்து ஐந்தாண்டுகளுக்கு எல்லா முக்கியப்போட்டிகளிலும் தோற்றுப்போன ஒருவர், ‘வயசாயிடுச்சு, இனிமே இவரால ஜெயிக்கமுடியாது’ என்று பலரால் திரும்பத்திரும்பக் ‘கழித்துக்கட்டப்பட்ட’ ஒருவருக்காகச் சமீபத்தில் உலகமே பிரார்த்தனை செய்தது, அவர் ஜெயித்துவிடமாட்டாரா என்று ஏங்கியது, ஜெயித்ததும் சத்தமாகக் கத்தவில்லை, கொண்டாடவில்லை, கண்ணீர்விட்டு அழுதது, மறுகணம், ‘அண்ணனோட அடுத்தபோட்டி எப்போ? எங்கே?’ என்று ஆவலுடன் எதிர்பார்க்கத்தொடங்கிவிட்டது.

இந்த அதிசயம் எப்படி நடந்தது? நாளுக்கு நாள் புதுப்புது நட்சத்திரங்கள் தோன்றுகிற இந்த அவசரயுகத்தில், 2012ல் தொடங்கி 2016வரை முதன்மையான கிராண்ட்ஸ்லாம் போட்டிகள் அனைத்திலும் தோல்வியடைந்த ஒருவர்மீது ரசிகர்களுக்கு இப்படியோர் அன்பா? அவருடைய வெற்றிக்காக

இத்தனைபேர் ஆசையோடு காத்திருந்தார்களா? இந்தத் 'தானாச் சேர்ந்த கூட்டம்' எப்படி வந்தது? எப்படி நிலைத்தது?

அதைவிட முக்கியம், ஒருகாலத்தில் டென்னிஸ் உலகின் முதல்நிலை வீரராகத் திகழ்ந்த அவர், இந்த ஐந்து வருடங்களை எப்படிச் சமாளித்தார்? நேற்றுவந்த துண்டுதுக்கடா வீரர்களெல்லாம் அவரைத் தோற்கடித்துவிட்டுக் கோப்பைகளை அள்ளும்போது, முன்புபோல் உடல் ஒத்துழைக்க மறுக்கும்போது, இரண்டாமிடம், மூன்றாமிடம், ஐந்தாமிடம், பத்தாமிடத்தையெல்லாம் எப்படி அவருடைய மனம் ஏற்றுக்கொண்டது? 'விளையாடினது போதும்' என்று தூக்கியெறிந்துவிட்டுப்போகாதது ஏன்?

இந்த இரண்டுக்கும் சம்பந்தமுண்டு. ரோஜர் ஃபெடரர் தொடர்ந்து ஜெயித்தபோது அவரைக் கொண்டாடிய அதே ஆசையுடன், சொல்லப்போனால் அதைவிட அரைமடங்கு அதிக ஆசையுடன் அவர் வெல்லத் தடுமாறிய ஆண்டுகளையும் மக்கள் ரசித்தார்கள், 'நீ மறுபடி ஜெயிப்பேய்யா' என்று பொறுமையாகக் காத்திருந்தார்கள்.

ரோஜர் ஃபெடரருக்கு முப்பத்தைந்து வயதாகிவிட்டது, டென்னிஸ் உலகைப்பொறுத்தவரை, இது ஓய்வெடுக்கும் வயது. மற்ற பல பெருந்தலைகள் இந்த வயதில் ராக்கெட்டைக் கீழே போட்டுவிட்டு வாழ்க்கையை அனுபவிக்கக் கிளம்பிவிடும் சூழ்நிலையில், இவர்மட்டும் இன்னும் மைதானத்தில் போராடிக்கொண்டிருக்கிறார். உடல்தகுதி அவரைக் கீழிழுக்கப்பார்த்தாலும், வெற்றிகள் குவியாவிட்டாலும், தொடர்ந்து விளையாடுகிறார், இத்தனையும் எதற்காக?

பணம் சம்பாதிப்பதற்காகவா?

டென்னிஸில் ஃபெடரர் அளவுக்குச் சம்பாதித்தவர்கள் யாருமில்லை. விளையாடி வென்றது ஒருமடங்கென்றால், விளம்பரங்களின்மூலம் சம்பாதித்தது பலமடங்கு. இதற்குமேலும் ஊரூராகத் திரிந்து சம்பாதித்தால்தான் வீட்டில் அடுப்பெரியும் என்கிற நிலைமை இல்லை.

ஒருவேளை, புகழுக்காக இருக்குமோ?

'*Greatest of all time*', அதாவது, டென்னிஸ் சரித்திரத்திலேயே மிகச்சிறந்த வீரர் என்கிற (அதிகாரபூர்வமற்ற) கிரீடம் ஏற்கெனவே ஃபெடரருக்குச் சூட்டப்பட்டுவிட்டது. அன்றைய டென்னிஸ் வீரர்களில் தொடங்கி, நேற்றுதான் விளையாடவந்த புதுப்பையன்கள்வரை ஃபெடரரின் மேதைமையை ஏற்றுக்கொண்டுவிட்டார்கள், இதற்குமேல் போட்டிகளில் வென்று அவர் எதையும் நிரூபித்துவிடப்போவதில்லை.

ஒருவேளை, அவர் வெல்வதற்கு ஏதாவது கோப்பைகள் மீதமிருக்கின்றனவோ, அவற்றை வென்று தன்னை நிரூபித்துவிட்டு ஓய்வுபெற நினைக்கிறாரோ?

ஒலிம்பிக் தங்கப் பதக்கத்தைத் தவிர, ஃபெடரர் வெல்லாத கோப்பை என்று எதுவுமில்லை. உலகம் முழுக்க எல்லாவகையான மைதானங்களிலும் எந்தக் கோப்பையை எடுத்துக்கொண்டாலும் அதில் ஒன்றிரண்டையாவது வாங்கிப் போட்டிருக்கிறார், பெரும்பாலான க்ராண்ட்ஸ்லாம் கோப்பைகளை ஐந்துமுறைக்குமேல் வென்றிருக்கிறார், ஒட்டுமொத்த டென்னிஸ் சாதனைகளைப் பட்டியலிட்டால், அதில் பெரும்பாலானவை ஃபெடரரிடம்தான் இருக்கின்றன. அவருடைய சில சாதனைகளை நெருங்கக்கூட யாருமில்லை.

சுருக்கமாகச் சொன்னால், ஃபெடரர் இதற்குமேல் டென்னிஸ் விளையாடி எதையும் சாதித்துவிடப்போவதில்லை. அது தெரிந்தும் அவர் விளையாடுகிறார், ரசிகர்களும் ரசிக்கிறார்கள், 'இன்னும் கொஞ்சம் விளையாடுய்யா' என்று செல்லம்கொஞ்சுகிறார்கள், ஒவ்வொரு போட்டிக்குப்பிறகும் அவர் அவிழ்த்தெறியும் தலைப்பட்டை, கைப்பட்டைகளைக் கேட்ச் பிடிக்க ரசிகைகளிடையே போட்டாபோட்டி நடக்கிறது, அவர் ஜெயித்தாலும் தோற்றாலும் பத்திரிகையாளர்கூட்டத்தில் நிற்க இடமில்லாதபடி பன்னாட்டு நிருபர்களும் கேமெராமேன்களும் வந்து குவிகிறார்கள், தரவரிசைப்பட்டியலில் எத்தனையாவது இடத்திலிருந்தாலும் ஃபெடரர்தான் டென்னிஸ் உலகின் ராஜா, சந்தேகமில்லை!

ஏனெனில், அவருடைய கோப்பைகளின் எண்ணிக்கை, சொத்து மதிப்பு, புள்ளிவிவரங்கள், அவ்வளவு ஏன், அவர் விளையாடும் போட்டிகளின் வெற்றி, தோல்வியைப்பார்த்துக்கூட ரசிகர்கள் ஃபெடரரை மதிப்பதில்லை, அவருடைய விளையாட்டுக்காகமட்டுமே அவரைப் பின்பற்றுகிறார்கள், நிரந்தர ரசிகர்களாயிருக்கிறார்கள்.

முணுக்கென்றால் சர்ச்சை கிளம்பும் இன்றைய சூழலிலும், ஃபெடரரின் 'சமர்த்துப்பையன்' இமேஜ் அவரைச் சர்வதேச ஊடகங்களின் செல்லப்பிள்ளையாக்கிவிட்டது. இவர் கையிலிருப்பது டென்னிஸ் ராக்கெட்டா அல்லது மந்திரக்கோலா என்று வியப்பேற்படுமளவுக்கு மைதானத்தில் அற்புதமாக விளையாடும்போதும் சரி, பத்திரிகையாளர்களின் கிடுக்குப்பிடிக் கேள்விகளுக்குப் பதில்சொல்லும்போதும் சரி, ஃபெடரர் அபாரமான *Entertainer*. அதனால்தான், அவர் விளையாடும்வரை லாபம் என்று ஊரே கண்கொட்டாமல் பார்த்துக்கொண்டிருக்கிறது.

சென்ற வருடம் ஃபெடரருக்குத் தொடர்ந்து ஏதேதோ உடல்தகுதிப் பிரச்னைகள். அவர் இனிமேல் டென்னிஸ் விளையாடுவதற்கு வாய்ப்புகள் குறைவு என்று பலரும் எழுதத்தொடங்கிவிட்டார்கள்.

மற்ற விளையாட்டுகளுடன் ஒப்பிடும்போது, டென்னிஸில் உடலுக்கு அழுத்தம் மிக அதிகம். கால்கள் வேகமாக ஓடவேண்டும், சட்டென்று திரும்பவேண்டும், விரைவாகச் சிந்திக்கவேண்டும், சரியான எதிர்வினையைத் தேர்ந்தெடுத்துக் கைகளைச் செலுத்தி ஆடவேண்டும், எதிராளி என்னசெய்வார் என்று முன்கூட்டியே தயாராகவேண்டும்... இத்தனைக்கும் மேலாக, ஒரே ஒரு போட்டியில் தோற்றால்கூட, இரண்டாவது வாய்ப்பெல்லாம் கிடையாது, அந்தக் கோப்பைத்தொடரிலிருந்தே வெளியேறவேண்டியதுதான்.

இவையெல்லாம் ஃபெடரருக்குப் புதியவை அல்ல. இத்தனையையும் தாண்டிதான் அவர் தான் விளையாடுகிற பெரும்பாலான போட்டிகளில் வென்றுகொண்டிருந்தார்.

'கிராண்ட்ஸ்லாம்' எனப்படும் முக்கியப் போட்டிகளில் தொடங்கி, இரண்டாம் நிலை, மூன்றாம் நிலைப் போட்டிகளில்கூட, ஃபெடரர் விளையாடுகிறார் என்றாலே அவர்தான் கோப்பையை வெல்வார் என்று ரசிகர்கள் நம்பினார்கள். அவரும் பத்துக்கு எட்டுமுறையாவது அவர்களுடைய எதிர்பார்ப்பைப் பூர்த்திசெய்துகொண்டிருந்தார். உலகின் வெவ்வேறு பகுதிகள், வெவ்வேறுவிதமான மைதானங்கள், வெவ்வேறு காலநிலைகள், வெவ்வேறு போட்டியாளர்கள்... எது மாறினாலும் சரி, ஃபெடரரின் வெற்றிமட்டும் உறுதி.

ஃபெடரர் உயரத்துக்கு வரத்தொடங்கியபோது, டென்னிஸ் உலகின் முடிசூடா மன்னராயிருந்த பீட் சாம்ப்ரஸ் வெளியேறிக்கொண்டிருந்தார். ஆகவே, இவர்கள் இருவரும் ஒரே ஒருமுறைதான் மோதியிருக்கிறார்கள், அதில் ஃபெடரர் வெற்றிபெற்றார். அதன்பிறகு, ஆந்த்ரே அகாஸி, லேட்டன் ஹீவிட், மராட் சஃபின், டேவிட் நல்பாண்டியன், பின்னர் ஆண்டி ராடிக், ஆண்டி முர்ரே, முக்கியமாக ரஃபா நடால், நோவாக் ஜோகோவிச் என்று வரிசையாகப் பலர் வந்தார்கள், இவர்களில் ஓரிருவரைத்தவிர யாராலும் ஃபெடரரின் வேகத்துக்கும் அபாரமான திறமைக்கும் ஈடுகொடுக்கமுடியவில்லை. அவரை வென்றவர்கள்கூட, முழுத்திறமையைக்காட்டி உழைத்தபிறகே வெல்லமுடிந்தது.

அத்தகைய அபூர்வமான தோல்விகளும், ஃபெடரரைப் பெரிதாகப் பாதிக்கவில்லை. ஒவ்வொரு தோல்விக்குப்பிறகும், 'அடுத்து என்ன?' என்று எழுந்துவந்துவிடுவார். அதனால், உலகின் முதல்நிலைவீரர் என்கிற கௌரவத்தைத் தொடர்ந்து தக்கவைத்துக்கொண்டிருந்தார்.

ஆனால், 2012 விம்பிள்டனுக்குப்பிறகு, ஃபெடரருக்கு முக்கிய வெற்றிகள் சிக்க மறுத்தன. ஒவ்வொருமுறையும் அவர் எவ்வளவுதான் போராடியபோதும், யாராவது அவரைத் தாண்டிச்சென்றுவிடுவார்கள். பல நேரங்களில் அரையிறுதிப் போட்டி, இறுதிப் போட்டிவரை வந்து ஏமாற்றத்துடன் திரும்பவேண்டியிருந்தது.

என்ன காரணம்? வயதாகிவிட்டதா? அல்லது, மற்றவர்கள் ஃபெடரரின் வெற்றி ரகசியத்தைக் கண்டுபிடித்துவிட்டார்களா? அவரால் மறுபடியும் முக்கியப் போட்டிகளில் வெல்ல இயலுமா? அல்லது, கௌரவமாக ஒதுங்கிக்கொள்வது நல்லதா?

இந்த நேரத்தில்தான், அவருடைய உடல்தகுதிப் பிரச்னைகள் பெரிய தடையாக வந்துநின்றன. என்னதான் வைத்தியம் பார்த்தாலும், பலவிதமான உடற்பயிற்சிகளைச் செய்தாலும், அவரால் இயல்பாக விளையாடவேமுடியவில்லை.

அப்போது, ஃபெடரர் ஒரு முக்கியமான தீர்மானமெடுத்தார்: சில மாதங்கள் போட்டிகளிலிருந்து ஒதுங்கிக்கொள்ளலாம், உடலுக்கு முழு ஓய்வு தரலாம், அதன்பிறகு, மெதுவாக வெளியே வந்து சில போட்டிகளில் பங்கேற்கலாம்.

விளையாடத்தொடங்கியதுமுதல் ஃபெடரர் இப்படியொரு நீண்ட ஓய்வைக் கற்பனையில்கூட நினைத்ததில்லை. ஆனால், அவர் இன்னும் பல ஆண்டுகள் தொடர்ந்து விளையாட வேண்டுமென்றால், இந்தத் தியாகத்தைச் செய்யத்தான் வேண்டும்.

ஸ்விட்ஸர்லாந்தைச் சேர்ந்த ஃபெடரர், அதே நாட்டைச் சேர்ந்த சக டென்னிஸ் வீராங்கனையான மிர்கா வாவ்ரினெக்கைக் காதலித்து மணந்தவர். இந்தத் தம்பதியருக்கு நான்கு குழந்தைகள், இரண்டு மகள்கள், இரண்டு மகன்கள் என்று இரண்டு இரட்டையர்கள்.

ஃபெடரரின் மகள்கள், அவருடைய வெற்றிகளைக் கண்குளிரப் பார்த்தாகிவிட்டது, மகன்களும் பார்க்கவேண்டாமா? அதற்காகவே தன் உடலுக்குத் தேவையான ஓய்வைத் தரத் தொடங்கினார் ஃபெடரர். பயிற்சியாளர்கள், உடல் தகுதி ஆலோசகர்கள் சொல்வதைக்கேட்டுக் கொஞ்சம் கொஞ்சமாகக் காயங்களை ஆற்றிக்கொண்டார், தன்னை வலுவாக்கிக்கொண்டார்.

அதன்பிறகு வந்ததுதான் 2017 ஆஸ்திரேலிய ஓபன். அதன் இறுதிப்போட்டியில், தன்னுடைய டென்னிஸ் வாழ்க்கைமுழுக்கத்

தனக்கு மிகப்பெரிய போட்டியாளராக இருந்த நடாலை வீழ்த்தினார் ஃபெடரர். பதினேழாவது கிராண்ட்ஸ்லாமை வென்று ஐந்து ஆண்டுகளுக்குப்பிறகு, ஏகப்பட்ட எரிச்சல்கள், ஏமாற்றங்கள், அவமானங்கள், வேதனைகளுக்குப்பிறகு, பதினெட்டாவது கிராண்ட்ஸ்லாம் கைக்கெட்டியது.

கோப்பையைவிட, அதனை ஃபெடரர் வென்றவிதம்தான் அற்புதமாயிருந்தது. 'ஃபெடெக்ஸ்' (ஃபெடரர் எக்ஸ்பிரஸ்) என்கிற செல்லப்பேருக்கேற்ற அவருடைய பழைய லாகவத்தையும் ஆவேசத்தையும் மைதானத்தில் பார்க்கமுடிந்தது. இதுவே ரசிகர்களுக்குக் கொண்டாட்டமானது.

ஆனால், 'நான் இன்னும் முழு உடல்தகுதியில் இல்லை' என்கிறார் ஃபெடரர். 'இன்னும் சில மாதங்கள், அப்புறம் வழக்கமான வேகத்துடன் விளையாட ஆரம்பித்துவிடுவேன்!'

ஃபெடரர் இன்னும் எத்தனை ஆண்டுகள் விளையாடுவார், எத்தனை கோப்பைகளை வெல்வார் என்பதெல்லாம் யாருக்கும் தெரியாது. ஆனால் ஒரு விஷயம் உறுதி: அடுத்த சில ஆண்டுகளில் அவர் விளையாடும் ஒவ்வொரு போட்டியும், அனுபவத்துக்கும் இளமைக்குமான போட்டியாகவே இருக்கும், வெல்லவேண்டும், உயரத்துக்குச் செல்லவேண்டும் என்கிற துடிப்புடன் களமிறங்கும் இருபது வயது, இருபத்தைந்து வயது இளைஞர்களை இந்த முப்பத்தைந்து வயது அனுபவஸ்தர் எப்படிச் சமாளிக்கப்போகிறார் என்பதுதான் சவால்.

இதுபற்றி ஃபெடரர் என்ன சொல்கிறார்?

'புதுப்புதுப் போட்டியாளர்கள், திறமைசாலிகள் வந்தால் நல்லதுதானே?' என்கிறார் அவர். 'இப்படிப்பட்டவர்களோடு விளையாடி ஜெயிக்கத்தானே நான் ஆசைப்பட்டேன். அப்புறம், ஒதுங்கி உட்கார்ந்துகொள்ளமுடியுமா? கடுமையாக மோதிப் பார்த்துவிடவேண்டியதுதான்.'

ஃபெடரர் தயார், வாங்க பசங்களா!

(மார்ச் 2017)

18. பாட்டுரிமை யாருக்கு?

'மடைதிறந்து பாயும் நதியலை நான்,
மனம்திறந்து கூவும் சிறுகுயில் நான்,
இசைக்கலைஞன், என் ஆசைகள் ஆயிரம்,
நினைத்தது பலித்தது.'

முப்பத்தேழு ஆண்டுகளுக்கு முன்னர், கவிஞர் வாலியின் இந்த வரிகளுக்கு மெட்டமைத்தவர் இளையராஜா, இதில் சில வரிகளை அவரே திரையில் தோன்றிப் பாடினார், அப்போது அவருக்குக் குரல்கொடுத்தவர், எஸ்.பி.பாலசுப்ரமணியம்.

அப்போது ராஜாவும் சரி, எஸ்.பி.பி.யும் சரி, புகழேணியில் ஏறிக்கொண்டிருந்தார்கள். 'இசைக்கென இசைகின்ற ரசிகர்கள் ராஜ்ஜியம், எனக்கேதான்' என்ற வரிகள் அவர்கள் இருவருக்குமே பொருந்தின.

அதன்பிறகு, அவர்கள் இருவருமே நெடுந்தொலைவு வந்து விட்டார்கள், தேசிய விருதுகளில் தொடங்கி அவர்கள் பார்க்காத கௌரவமில்லை, பெறாத பாராட்டுகளில்லை, புகழுக்கோ பணத்துக்கோ குறைவில்லை. இருவருமே அவரவர் துறையில் உச்சம் தொட்டவர்களாக, இத்துறைகளில் நுழையும் இளைஞர்களின் லட்சிய பிம்பங்களாக, தென்னிந்தியத் திரையுலகின் இமயங்களாகப் புகழப்படுகிறார்கள்.

ஆனால், இந்தத் தொழில்முறை உறவுக்கு வெளியே, அவர்கள் மிக நல்ல நண்பர்கள். ராஜா திரைப்படத்துறைக்கு அறிமுகமாவதற்கு முன்பிருந்தே அவர்களுக்குள் நல்ல நட்பு இருந்தது, ஆரம்பத்திலிருந்தே ஒருவருக்கொருவர் உதவி வந்திருக்கிறார்கள்.

ராஜா தனக்கென ஓர் அடையாளத்தை உருவாக்கத் தொடங்கியபோது, அதற்காக அவர் பயன்படுத்திய பல உத்திகளில் ஒன்று, எஸ்.பி.பி.யின் குரல். அதற்கு முன்பே எஸ்.பி.பி. தமிழில் பல பாடல்களைப் பாடியிருப்பினும், ராஜாவுக்குப் பாட ஆரம்பித்தபிறகுதான் அவர் பெரும் உயரங்களுக்குச் சென்றார். எண்பதுகளில் தமிழில் அனைத்து நாயகர்களுக்கும் எஸ்.பி.பி.யின் குரல்தான் கச்சிதமான பொருத்தம் என்று இன்றைக்கு ரசிகர்கள் நெகிழ்கிறார்கள் என்றால், அவையனைத்தும் ராஜாவுடன் இணைந்து அவர் உருவாக்கிக்கொண்ட கௌரவம்.

ஆகவே, ராஜாவால் எஸ்.பி.பி. உயர்ந்தார் என்றோ, எஸ்.பி.பி. யால் ராஜா முன்னேறினார் என்றோ சொல்வது பொருந்தாது. இருவரும் இணைந்து தமிழ்த்திரையுலகின் பொற்காலங்களில் ஒன்றை உருவாக்கினார்கள் என்பதுதான் உண்மை.

இந்த வெற்றிக்கூட்டணி இன்றும் தொடர்ந்து கொண்டுதானிருக்கிறது. சமீபத்தில் வெளியான ‘முத்துராமலிங்கம்’ படத்தில் ராஜா இசையில் எஸ்பிபி பாடிய ‘கத்தி கட்டி கத்தி கட்டி’ பாடலில்கூட, அவர்களுடைய வயது தெரியவில்லை, அனுபவ முதிர்வின் பேரழகே தெரிந்தது.

இதில் வியப்பான விஷயம், இந்தப் பாடலில் நடித்த கௌதமின் தந்தை கார்த்திக்குக்கும் தாத்தா முத்துராமனுக்கும்கூட இளையராஜா இசையமைத்திருக்கிறார், அவர்கள் இருவருக்கும் எஸ்.பி.பி. பாடியிருக்கிறார். மூன்றாவது தலைமுறையாகவும் தொடர்ந்து அவர்களால் இனிய பாடல்களைத் தர முடிகிறதென்பது ரசிகர்களின் பேறுதான். இந்த மகிழ்ச்சிக்குக் கரும்புள்ளிபோல, இப்போது எஸ்.பி.பி.தரப்புக்கும் இளையராஜா தரப்புக்குமிடையே ஒரு ‘நீதி’ச்சண்டை தொடங்கியிருக்கிறது.

காரணம், எஸ்.பி.பி.யின் கச்சேரியொன்றில், தான் இசையமைத்த பாடல்களைப் பாடக்கூடாது என இளையராஜா சட்டபூர்வமான ஓர் அறிவிப்பை அனுப்பியுள்ளார். எஸ்.பி.பி. அதனைப் பொதுவில் அறிவித்துவிட்டார்.

இதையடுத்து, ரசிகர்கள் மத்தியில் பெரும் குழப்பம் ஏற்பட்டுள்ளது. இருதரப்பையும் ஆதரித்து, எதிர்த்துக் குரல்கள் எழுகின்றன. இங்கே முக்கியமாக முன்வைக்கப்படும் கேள்விகள்:

1. ஒரு பாடலுக்கான சூழலை இயக்குநர் விவரிக்கிறார், இசையமைப்பாளர் மெட்டமைக்கிறார், கவிஞர் எழுதுகிறார், இசையமைப்பாளர் பின்னணி இசையை எழுதுகிறார், அதனை வாத்தியக்கலைஞர்கள் வாசிக்கிறார்கள், பாடகர்கள் பாடுகிறார்கள், இவை அனைத்துக்கும் தயாரிப்பாளர் பணம் தருகிறார், இப்படி உருவாகும் ஒரு பாடலுக்கான படைப்புரிமை யாருடையது?

2. தான் திரைப்படத்தில் பாடிய ஒரு பாடலை மீண்டும் மேடையில் பாடுவதற்குப் பாடகருக்கு உரிமை இல்லையா?

3. கவிஞர், இயக்குநர், தயாரிப்பாளர் என அந்தப் பாடலுடன் தொடர்புடைய பிறரும் இதில் உரிமை கோரலாமா?

4. ஒருவேளை சட்டப்படி இசையமைப்பாளருக்குதான் அந்தப் பாடலின்மீது உரிமை என்றாலும், இப்போது இளையராஜா தன் நெடுநாள் நண்பர்மீது நடவடிக்கை எடுக்கலாமா? அதைத் தங்களுக்குள் பேசித்தீர்த்துக்கொள்ளாமல் எஸ்.பி.பி. பொதுவில் வைக்கலாமா?

இந்தக் கேள்விகள் அனைத்தும் படைப்புரிமை குறித்த நமது குழப்பவுணர்வையே காட்டுகின்றன. இது விஷயமாகத் தெளிவான சட்டங்கள் உள்ள மேற்கத்தியநாடுகளிலேயே இத்தகைய குழப்பங்கள் நீடிக்கின்றன என்றால், இந்தியாவின் நிலைமைகுறித்து ஆச்சர்யப்பட ஏதுமில்லை.

முதலில், ஒரு பாடலின்மீது சட்டபூர்வமான உரிமை யாருக்கு என்பதை அதுதொடர்பாகச் செய்துகொள்ளப்படும்

ஒப்பந்தங்கள்தான் தீர்மானிக்கின்றன. எடுத்துக்காட்டாக, ஓர் இசையமைப்பாளர் ஒரு படத்தில் பணிபுரியத் தொடங்கும்போதே, அதன் தயாரிப்பாளருடன் இப்படி ஓர் ஒப்பந்தம் செய்துகொள்கிறார் என்று வைத்துக்கொள்வோம்:

'என் பாடல்களுக்கு நீங்கள் இத்தனை ரூபாய் தரவேண்டும். அப்பாடலை நீங்கள் படத்தில் பயன்படுத்திக்கொள்ளலாம். அதன்பிறகு, அப்பாடலின் முழு உரிமையும் எனக்கே.'

இந்த ஒப்பந்தப்படி, இசையமைப்பாளர் தான் பெற்றுக்கொண்ட சம்பளத்துக்குப் பதிலாக, அப்பாடலை முதன்முறை திரைப்படத்தில் பயன்படுத்தும் உரிமையை அந்தத் தயாரிப்பாளருக்கு வழங்குகிறார். அதன்பிறகு, அவர் தன் விருப்பப்படி அப்பாடலை வேறுவிதங்களில் பயன்படுத்தலாம்: வேற்றுமொழிகளில் வெளியிடலாம், தொலைக்காட்சி, வானொலியில் ஒலிபரப்பலாம், இசைத்தட்டுகளாக்கி விற்கலாம், மேடையில் பாடலாம், இணையத்தில், மொபைல் ஃபோன் ரிங்டோன்களாக்கி விற்கலாம்...

இப்போது, இதே ஒப்பந்தத்தைக் கொஞ்சம் மாற்றிப்பார்ப்போம்:

'என் பாடல்களுக்கு நீங்கள் இத்தனை ரூபாய் தரவேண்டும். அப்பாடலை நீங்கள் படத்தில் பயன்படுத்திக்கொள்ளலாம். அதன்பிறகு, அப்பாடலின் உரிமையில் 50% எனக்கு, 25% உங்களுக்கு, 15% பாடலெழுதிய கவிஞருக்கு, 10% பாடகர்களுக்கு.'

இதுவும் சட்டப்படி செல்லுபடியாகக்கூடிய ஒப்பந்தம்தான். இது பாடலின் உரிமையைப் பலருக்குப் பகிர்ந்து வழங்குகிறது. இங்கே யாருக்கு 50%, யாருக்கு 25% என்கிற கணக்கை அவரவர் விருப்பப்படி மாற்றலாம். மற்றபடி, உரிமை எல்லாருக்கும் உண்டு.

அதன்பிறகு, அப்பாடல் ரிங்டோனாக விற்கப்பட்டு ஆயிரம்ரூபாய் வருமானம் வந்தால், அதில் 500 ரூபாய் இசையமைப்பாளருக்கு, 250 ரூபாய் தயாரிப்பாளருக்கு, 150 ரூபாய் கவிஞருக்கு, 100 ரூபாய் பாடகர்களுக்குச் செல்லும். இப்படி ஒவ்வொரு பயன்பாட்டிலிருந்தும் கிடைக்கிற

லாபம் ஒப்பந்தப்படி பகிர்ந்தளிக்கப்படும். ஆக, பாடலின் முழு உரிமையும் ஒருவருக்கா, அல்லது பலருக்கா என்பது ஒப்பந்தத்தைப்பொறுத்தது. ஒருவேளை அந்த ஒப்பந்தம் படைப்பாளிகளான கலைஞர்கள் அனைவரையும் அங்கீகரிக்காவிட்டால், அவர்கள் அந்த உரிமையைக் கோரிப்பெறவேண்டும்.

எடுத்துக்காட்டாக, ஒரு பாடகரின் பாடல்கள் பல்வேறு வானொலிகளில் வருடம்முழுக்க ஒலிபரப்பாகின்றன என்றால், ஒப்பந்தப்படி அவர் தனது உரிமையைக் கோரலாம். ஒருவேளை ஒப்பந்தம் அவருக்கு அத்தகைய உரிமையை வழங்கவில்லையென்றால், அதுபற்றிய விவாதத்தை அவர் தொடங்கிவைக்கவேண்டும், 'பாடகரின் குரலும் ஒரு பாடலின் வெற்றிக்கு முக்கியப் பங்களிக்கிறது. ஆகவே, அதில் எங்களுக்கும் பங்குண்டு' என்று போராடவேண்டும்.

'எங்களுக்கும்' என்ற சொல்லில் இருக்கும் 'உம்'ஐக் கவனியுங்கள். பல கலைஞர்கள் சேர்ந்து உழைத்த பாடலுக்கு ஒருவர்மட்டும் சொந்தம்கொண்டாட இயலாது. ஆனால், ஒப்பந்தப்படி ஒருவருக்கு அப்படிப்பட்ட தனியுரிமை கிடைத்திருக்கிறது என்றால், அதுதான் சட்டம். ஏற்கத்தான் வேண்டும். அதை மாற்ற விரும்பினால், நீதிமன்றத்துக்குச் செல்லவேண்டும், பொதுமக்களிடம் கருத்துக்கேட்டுப் பயனில்லை.

ஆக, 'இளையராஜா தான் இசையமைத்த பாடல்களுக்கு உரிமை கோரலாமா?' என்று எஸ்.பி.பி. கேட்பது நியாயமாகப்படவில்லை. 'அதில் எனக்கும் உரிமையுண்டு' என்று அவர் கோருவதுதான் நியாயமாக இருக்கும்.

இந்தியாவில் படைப்புரிமை, காப்புரிமைபற்றியெல்லாம் அதிகப்பேருக்குத் தெரியாது. திரைப்படங்கள் தொடங்கிப் பாடல்கள், புத்தகங்கள் எனப் பலவற்றையும் திருட்டுத்தனமாகவே அனுபவித்துக்கொண்டிருக்கிற பழக்கம் நமக்கிருக்கிறது. அதுகுறித்த குறைந்தபட்சக் குற்றவுணர்வுகூட பலருக்கு இல்லை. ஆகவே, ஒரு படைப்பாளி கோரும் நியாயமான உரிமையைக்கூடப் பேராசையாகவே கருதுகிறோம். 'என்

பாடலைப் பாடவே கூடாது' என்பதற்கும், 'என் பாடலைப் பாடி, அதன்மூலம் பணம் சம்பாதித்தால், அதில் எனக்கொரு பங்கு உண்டு' என்பதற்கும் உள்ள வித்தியாசத்தை நாம் புரிந்துகொள்ளவேண்டும்.

இதையே இன்னும் வேறுவிதமாகச் சொல்வதென்றால், எஸ்.பி.பி.க்கும் சேர்த்துதான் ராஜா உரிமைகோருகிறார். ஏ. ஆர். ரஹ்மான் உள்ளிட்ட பல கலைஞர்கள் இதற்காகப் போராடிவருகிறார்கள். ஒரு கச்சேரி, ஒரு வானொலியை முன்வைத்து இதனைச் சுருக்காமல், படைப்பாளியின் உரிமை பற்றிய விவாதமாகவே காணவேண்டும். எழுத்தாளர்கள், கவிஞர்கள், நிகழ்த்துகலைஞர்கள், மேடைப்பேச்சாளர்கள் என்று படைப்புரிமை மறுக்கப்படுகிற, ஏமாற்றப்படுகிற பல படைப்பாளிகள் இங்கே உண்டு. அவர்களும் இதுபோல் குரல் கொடுக்கவேண்டும், தங்கள் உரிமையைக் கோரிப்பெறவேண்டும். அதைவிட்டு, நியாயமான உரிமைக்காகக் குரல்கொடுப்பவரைப் பேராசைக்காரர் என்று பேசுவது அபத்தம்.

இதனால் இசைத்துறைக்குப் பாதிப்பு ஏற்படும் என்கிறார்கள் சிலர். அது உண்மையல்ல. இந்தப் பிரச்னை இசைத்துறையை வளர்க்கும் என்பதே உண்மை. இதற்குச் சரித்திர ஆதாரமுண்டு.

இளையராஜாவின் முதல் திரைப்படமான 'அன்னக்கிளி' வெளியான அதே 1976ம் ஆண்டு, பில் கேட்ஸ் என்ற இளைஞர் '*The Open Letter to Hobbyists*' என்ற கடிதத்தை எழுதினார். அதில் அவர், மென்பொருள்கள் இஷ்டப்படி பிரதியெடுக்கப்பட்டுப் பயன்படுத்தப்படுவதைக் கண்டித்துக் கேள்விகேட்டிருந்தார்.

அவருடைய கோபத்துக்குக் காரணம், அவர் தொடங்கி நடத்தி வந்த மைக்ரோசாஃப்ட் நிறுவனத்தின் மென்பொருளொன்றைப் பலரும் பணம் தராமல் பிரதியெடுத்துக்கொண்டிருந்தார்கள், இது நியாயமல்ல என்றார் அவர், 'நாங்கள் கடும் உழைப்புக்குப்பிறகு இந்த மென்பொருள்களை உருவாக்குகிறோம். அந்த உழைப்புக்கு உரிய பணத்தைத் தருவதே முறை' என்றார்.

அப்போது அவர்மேல் பலரும் கோபப்பட்டார்கள். காரணம், மென்பொருள்களைப் பணம்தந்து வாங்குவது என்ற வழக்கமே

அப்போது இல்லை. ‘அது இலவசமாகத்தான் கிடைக்கவேண்டும்’ என்று நினைத்தார்கள், ‘சாஃப்ட்வேர் எழுதறது ஒரு பெரிய விஷயமா? இதுக்கெல்லாமா காபிரைட் கேப்பீங்க?’ என்றார்கள்.

பில் கேட்ஸ் தன் கருத்தில் உறுதியாக இருந்தார். மென்பொருள் துறையில் காப்புரிமை மதிக்கப்படவேண்டும் என்பதற்காகத் தொடர்ந்து போராடினார். அந்தப் போராட்டம் அவரையும் பெரிய பணக்காரராக்கியது, இன்னொருபக்கம் மென்பொருள் துறை என்கிற கொழிக்கும் தொழிலையும் உருவாக்கியது.

அதன்பிறகு, ‘திறமூலம்’ எனப்படும் *Open Source* மென்பொருள்களெல்லாம் வந்தன. அவற்றை எல்லாரும் விருப்பம்போல் பயன்படுத்திக்கொள்ளக்கூடிய வாய்ப்பும் ஏற்பட்டது.

இன்றைக்கு, பணம்தந்து வாங்கும் மென்பொருள்களும் இருக்கின்றன, இலவச மென்பொருள்களும் இருக்கின்றன, இவற்றை மையமாக வைத்து ஒரு மிகப்பெரிய தொழில்துறையே இயங்கிவருகிறது, ஆயிரக்கணக்கான நிறுவனங்கள், தனிநபர்கள் இதில் இயங்கிவருகிறார்கள்.

ஒருவேளை, பில் கேட்ஸ் அன்றைக்கு அந்தக் கேள்வியை எழுப்பாமலிருந்திருந்தால், இன்றைக்கும் நாம் மென்பொருள்களைப் பிரதியெடுத்துதான் பயன்படுத்திக் கொண்டிருந்திருப்போம், பலர் மென்பொருளெழுத முன்வந்திருக்கமாட்டார்கள், அப்படி வந்தவர்களுக்கு வருவாய் கிடைத்திருக்காது, சிறந்த மென்பொருள்களும் எழுதப்பட்டிருக்கமாட்டா.

அதுபோல, இளையராஜாவுக்கும் எஸ்.பி.பி.க்கும் இடையே இப்போது எழுந்துள்ள இந்தக் கருத்துவேறுபாடும், ஒரு நல்ல விவாதத்தை, மாற்றங்களைத் தொடங்கிவைக்கும், இது இசைத்துறைசார்ந்த கலைஞர்கள் எல்லாருக்கும் பயன்தரும், இன்னும் பலரை இத்துறையில் வரவேற்பதாக, இன்னும் சிறந்த பாடல்களைக் கிடைக்கச்செய்வதாகவே அமையும் என்பது என் துணிபு!

(மார்ச் 2017)

19. நோக்கியாவின் மறு அவதாரம்

நோக்கியா!

இன்றைக்கு ஸ்மார்ட்ஃபோனில் கலக்கும் பலருக்கு இந்தப் பெயரே தெரிந்திருக்காது. 'ஒருகாலத்தில் உலகை ஆண்ட செல்ஃபோன் தயாரிப்பு நிறுவனம்' என்று அறிமுகப்படுத்தினால், 'அப்படியா? சுமார் ஐம்பது வருஷம் இருக்குமா?' என்று கேட்பார்கள்.

உண்மையில், செல்ஃபோன் கண்டுபிடித்தே அத்தனை வருடமாக வில்லை! நோக்கியாவின் ராஜ்ஜியமும் மிகச் சமீபத்தில்தான் சரிந்தது.

அதுவும் சாதாரண ராஜ்ஜியமா!

செல்ஃபோனுக்கு முன்பாக உலகை ஆக்கிரமித்திருந்த மற்ற எலக்ட்ரானிக் சாதனங்கள் எதிலும் ஒற்றைக்கம்பெனி எல்லா நாடுகளிலும் ஆதிக்கம் செலுத்தியதில்லை. ஜப்பானில் ஒருவர், அமெரிக்காவில் ஒருவர், ஐரோப்பாவில் ஒருவர் என்று கலந்துகட்டிதான் ஜெயிப்பார்கள். ஒரு சந்தையில் ஜெயிப்பவர் இன்னொன்றில் நுழையக்கூட இயலாது, அல்லது, நுழைந்து அடிவாங்கித் திரும்புவார், இரண்டாவது இடம், மூன்றாவது இடம் என்று திருப்தியடைவார்.

ஆனால், செல்ஃபோன் விஷயத்தில் நோக்கியாவுக்குக்கீழே இரண்டாவது இடத்தில்கூட யாரும் இல்லை. அவர்கள் நுழைந்த இடத்திலெல்லாம் சந்தைப்பங்கில் பெரும்பகுதியை ஆக்கிரமித்துக்கொண்டார்கள். மற்ற எல்லாரும் சேர்ந்து போராடினாலும் நோக்கியாவின் விற்பனையை எட்டமுடியாது என்கிற நிலைமை.

2007ம் ஆண்டு, நான் நோக்கியாவின் சரித்திரத்தைப் புத்தகமாக எழுதினேன் (நோக்கியா: கொள்ளை கொள்ளும் மாஃபியா: கிழக்கு பதிப்பகம் வெளியீடு). அதில் ஒரு வரி என்றால் ஒரே ஒரு வரிகூட அதன் சரிவு சாத்தியங்களைப்பற்றி எழுதவில்லை.

நான்மட்டுமில்லை, அப்போது நோக்கியாவைப்பற்றி எழுதிக்கொண்டிருந்த யாருமே இப்படியொரு சரிவை ஊகித்திருக்க வாய்ப்பில்லை. அந்த அளவுக்குச் சந்தையின் மன்னனாக நோக்கியா இருந்தது. அதன் ஆராய்ச்சிப்பிரிவும், உற்பத்தி, விற்பனை, சந்தைப்படுத்துதல் போன்றவையும் மிக வலுவாக இருந்ததால், அவர்கள் வருங்காலத்துக்கும் தயாராக இருந்தார்கள் என்பதுதான் உண்மை.

ஆனால், அந்த வருங்காலத்தை அவர்களால் அனுபவிக்க முடியவில்லை. முதலிடத்தில் இருந்த நோக்கியா, இரண்டாவது, மூன்றாவது இடத்துக்குக்கூடச் செல்லவில்லை, ஒரேயடியாக ஆட்டத்திலிருந்து காணாமல்போனது. ‘நோக்கியா’ என்ற பெயரே தெரியாத ஒரு தலைமுறையே உருவாகுமளவுக்கு மற்றவர்கள் சந்தையை ஆக்கிரமித்துவிட்டார்கள்.

என்ன நடந்தது? நோக்கியாவுக்கு ஏன் இப்படியொரு சரிவு? அதை அவர்கள் எப்படிக் கையாண்டார்கள்? இப்போது புதிய வடிவத்தில் நோக்கியாவால் மீண்டும் வெல்லமுடியுமா? அல்லது, மற்ற போட்டியாளர்கள் அதை மீண்டெழ விடமாட்டார்களா? புதிய தலைமுறையினரைப் புரிந்துகொண்டு அவர்களுக்கேற்ற செல்ஃபோன்களை நோக்கியாவால் தயாரிக்கமுடியுமா?

தொலைத்தொடர்புத்துறைக்கு மட்டுமல்ல, ஒட்டுமொத்த பிஸினஸ் உலகுக்கும் நோக்கியாவின் சரிவு ஒரு பாடம். ஆங்கிலத்தில் *Case Study* என்பார்கள்: உலகின் நம்பர் ஒன்

இடத்திலிருந்த ஒரு நிறுவனம் சில ஆண்டுகளில் காணாமலே போனது என்றால், அப்படி என்னதான் நடந்தது? எப்படிக் கோட்டைவிட்டார்கள்?

ஒருவேளை நோக்கியா இந்தச் சரிவிலிருந்து மீண்டு, பழைய உயரத்தில் பாதியை எட்டிவிட்டால்கூட, அது இன்னொரு *Case Study* ஆகிவிடும்: இனிமேல் எழ இயலாது என்று எல்லாரும் கைவிட்ட ஒரு நிறுவனம் விடாப்பிடியாக மேலே வந்தது எப்படி?

நோக்கியாவுக்கு இரண்டாவது இன்னிங்க்ஸ் உண்டா என்பதற்கான பதில் தெரிய, நாம் கொஞ்சம் காத்திருக்கவேண்டும். ஆனால் அதற்குமுன்னால், இது அவர்களுக்கு இரண்டாவது இன்னிங்க்ஸ் அல்ல, மூன்றாவது இன்னிங்க்ஸ் என்பதைப் புரிந்துகொள்ளவேண்டும்.

பலருக்கும் நோக்கியா ஒரு செல்ஃபோன் தயாரிப்பு நிறுவனமாகத்தான் அறிமுகம். ஆனால் அந்நிறுவனத்தின் வரலாறு தொடங்கியபோது, செல்ஃபோன்கள் கண்டுபிடிக்கப்பட்டிருக்க வில்லை, அட, அவ்வளவு ஏன், டெலிஃபோனைக் கண்டுபிடித்த அலெக்ஸாண்டர் கிரஹாம்பெல்கூட, அப்போது டீனேஜ் பையன்தான்!

1865ம் வருடம், ஃப்ரெடரிக் ஐடெஸ்டம் என்பவர் ஃபின்லாந்தில் ஒரு காகிதக்கூழ் நிறுவனத்தைப் பதிவுசெய்தார். 1871ல் தொடங்கப்பட்ட அந்த நிறுவனத்துக்கு 'நோக்கியா' *(Nokia Ab)* என்ற பெயர் சூட்டப்பட்டது.

ஃபின்னிஷ் மொழியில் 'நோக்கியா' என்ற சொல், *Sable* அல்லது *Pine Marten* என்ற மிருகத்தைக் குறித்தது. அந்நாட்டில் பாயும் ஒரு நதிக்கும் *Nokianvirta* என்று பெயர். இது பேச்சுவழக்கில் 'நோக்கியா' என்று சுருங்கிவிட்டது.

அந்த நோக்கியா நதிக்கரையில்தான் ஐடெஸ்டமின் தொழிற்சாலை அமைந்தது. ஆரம்பத்தில் காகிதக்கூழ் தயாரித்துக்கொண்டிருந்த இந்நிறுவனம், பின்னர் காகிதமே தயாரிக்கத் தொடங்கியது.

நோக்கியாவின் காகிதக்கூழ்த் தொழிற்சாலை தொடங்கப்பட்டு இருபத்தேழு வருடங்கள் கழித்து (1898) ஹெலிஸின்கியில் இன்னொரு நிறுவனம் தொடங்கப்பட்டது. எட்வர்ட் பொலொன் என்பவர் தனது நண்பர்கள், முதலீட்டாளர்களுடன் இணைந்து தொடங்கிய அந்நிறுவனத்தின் பெயர் Finnish Rubber Works. ரப்பரில் செருப்புகள், வாகன டயர்கள், மழைக்கோட்டுகள் போன்றவற்றைத் தயாரித்துக்கொண்டிருந்தார்கள். சில வருடங்களுக்குப்பிறகு, இந்த நிறுவனமும் நோக்கியா நதிக்கரைக்கு வந்துசேர்ந்தது.

Finnish Rubber Works தொடங்கப்பட்டு, பதினான்கு வருடங்கள் கழித்து, (1912) அதே ஹெலிஸின்கியில் Finnish Cable Works என்ற இன்னொரு நிறுவனம் தொடங்கப்பட்டது. இவர்கள் மின்சாரக் கேபிள்களைத் தயாரித்து விற்றுக்கொண்டிருந்தார்கள்.

ஒருகட்டத்தில், இவர்களும் சில ரப்பர் பொருள்களைத் தயாரிக்க முனைந்தார்கள். இது Finnish Rubber Worksக்குப் பிடிக்கவில்லை. போட்டியைச் சமாளிக்க இவர்களை வாங்கிப்போட்டுவிட்டால் என்ன என்று யோசிக்கத்தொடங்கினார்கள்.

ஆக, ஒருபக்கம் காகிதக்கூழ், காகித நிறுவனம், இன்னொருபக்கம் ரப்பர் நிறுவனம், மூன்றாவதாக ஒரு கேபிள் தயாரிப்பு நிறுவனம், இவையனைத்தும் நோக்கியா என்ற பெயரில் ஒருங்கிணைவதற்கான சூழல் அமைந்தது. 1967ஆம் வருடம் அது நிறைவேறியது. ஞாபகமிருக்கட்டும், இதுவரை செல்ஃபோனைப் பற்றி நாம் பேசவே இல்லை. இணைந்த நோக்கியாவும் அதே காகிதக்கூழ், ரப்பர், கேபிள்களைத்தான் தயாரித்துக்கொண்டிருந்தது.

1958ம் ஆண்டு (அதாவது, நோக்கியாவின் அதிகாரபூர்வமான இணைப்புக்குச் சில ஆண்டுகள் முன்பாக) அங்கே ஓர் எலக்ட்ரானிக்ஸ் பிரிவு தொடங்கப்பட்டது. ஒல்லி லெஹ்டோ என்பவர் இதற்குப் பொறுப்பேற்றார். நோக்கியாவின் சரித்திரத்திலேயே மிக முக்கியமான திருப்பம் அது. ஆனால், அப்போது அந்த நிறுவனத்தில் யாரும் அதை உணர்ந்திருக்கவில்லை.

ஒன்றல்ல, மூன்று நிறுவனங்கள், நான்கைந்து தொழில்துறைகள், எல்லாவற்றிலும் நல்ல லாபம், நூறு ஆண்டுகளுக்குமேல் அனுபவம்... இப்படிப்பட்ட ஒரு நிறுவனம் தன்னிடையே புதிதாக வந்திருக்கும் பிரிவை மதிக்குமா என்ன?

அந்த எலக்ட்ரானிக்ஸ் பிரிவு அப்போது பெரிய லாபமும் சம்பாதித்துவிடவில்லை. கணினிகளை வாங்கி விற்பது, அதுதொடர்பான சேவைகள் என்று ஏதோ கொஞ்சம்போல் பணம் பார்த்துக்கொண்டிருந்தார்கள், அதற்கான செலவுக்கணக்கோடு ஒப்பிட்டுப்பார்த்தால், சொல்லிக்கொள்ளும்படி எதுவும் தேறவில்லை.

ஒருகட்டத்தில், இந்த எலக்ட்ரானிக்ஸ் பிரிவை இழுத்துமூடினால் என்ன என்றுகூட நோக்கியா யோசித்தது. நல்லவேளையாக, அவர்கள் அப்படிச் செய்துவிடவில்லை.

காரணம், அப்போது மொபைல் தொழில்நுட்பம் ஆரம்ப நிலையிலிருந்தது. அதற்காக நோக்கியா செலவிட்ட ஒவ்வொரு டாலரும் பின்னர் பல மடங்காகத் திரும்பவரவிருந்தது. அதுவரை பொறுமையாகக் காத்திருந்ததுதான் அவர்களுடைய சமர்த்து.

எங்கு வேண்டுமானாலும் எடுத்துச்செல்லத்தக்க செல்பேசிகள் இன்றைக்குச் சர்வசாதாரணம். ஆனால் அன்றைக்கு, அதற்கான தொழில்நுட்பம் ஓரளவு புரிந்திருந்தாலும், அவற்றை எதார்த்தத்தில் பயன்படுத்தும்படி எப்படி உருவாக்குவது என்று யாருக்கும் தெரியவில்லை. நோக்கியாவைப்போல் பல நிறுவனங்கள் இந்த ஆய்வில் ஈடுபட்டிருந்தன.

ஃபின்லாந்திலேயே சலோரா என்ற நிறுவனமும் இதற்கான முயற்சிகளில் இருந்தது. அவர்களோடு நோக்கியாவும் கூட்டணி சேர்ந்தது. சலோரா மொபைல் ஃபோனைத் தயாரிக்கும், அதற்கான தொலைத்தொடர்புக் கட்டமைப்பை நோக்கியா வழங்கும் என்று தீர்மானித்துக்கொண்டார்கள்.

இன்னொரு பக்கம், ஃபின்லாந்து அரசு நிறுவனமான ‘டெலெவா’வும் இந்தத் துறையில் இறங்க முனைந்தது. நோக்கியா அவர்களோடும் ஓர் ஒப்பந்தம் போட்டுக்கொண்டார்கள்.

இப்படிப் பலரோடு இணைந்து இத்துறையில் இறங்கியபோதும், நோக்கியா மட்டும்தான் அதில் நீடித்தது. மற்றவர்கள் அவ்வப்போது விலகிக்கொண்டார்கள்.

நோக்கியா: சலோரா இணைந்து உருவாக்கிய முதல் மொபைல்ஃபோன் 1982ம் ஆண்டு அறிமுகப்படுத்தப்பட்டது. அது ஒரு முழுச்செங்கல் அளவுக்கு இருந்தது. எடை, 9.8கிலோ.

தக்கனூண்டு செல்ஃபோன்களையே 'பெரிசா இருக்கு' என்று சலித்துக்கொள்ளும் இன்றைய இளைஞர்களிடம் இதைச் சொன்னால் நம்பக்கூடமாட்டார்கள். ஆனால் அன்றைக்கு, அதுதான் செல்ஃபோன். கிட்டத்தட்ட பத்துகிலோ எடையிருந்தாலும், சென்ற இடத்துக்கெல்லாம் வருகிறதல்லவா? அது பெரிய விஷயமாயிற்றே!

அத்தனை பெரிய செல்ஃபோனை எடுத்துப்பேசுவதில் இருக்கக் கூடிய சிரமங்களை நாம் ஊகித்துக்கொள்ளலாம். அடுத்தடுத்து வந்த செல்ஃபோன்கள் கணிசமாக எடைகுறைந்தாலும், அளவில் 'பெரியவை'யாகத்தான் இருந்தன. பெரும்பாலானவற்றைக் காரில் வைத்தே பயன்படுத்த முடிந்தது.

ஆனால், இத்துறையில் ஆய்வுகள் மிகவேகமாக நடந்தன. நோக்கியா படிப்படியாகத் தன்னுடைய செல்பேசியின் எடையைக் குறைத்துவந்தது. இந்தக் காலட்டத்தில் அவர்களுடைய வேகமும் செயல்திறனும் உலகை வியப்பில் ஆழ்த்தியது.

அநேகமாக ஒவ்வொரு நாட்டிலும், மக்கள் அதிகம் வாங்கிய முதல் செல்ஃபோன் நோக்கியாவுடையதாகத்தான் இருக்கும். பலரும் கேள்விப்பட்டிராத ஃபின்லாந்து என்ற தேசத்திலிருந்து ஒரு நிறுவனம் மிகப்பெரிய அளவில் வளர்ந்து உலகை வென்றது. கோடிக்கணக்கில் நோக்கியா ஃபோன்கள் விற்பனையாகின.

ஒரு கட்டத்தில், செல்ஃபோன் என்பது வெறுமனே பேசுவதற்குமட்டுமல்ல என்றாகிவிட்டது. அதில் குறுஞ்செய்தி தொடங்கிப் பாடல் கேட்டல், படம்பிடித்தல் எனப் பல வசதிகள் சேர்க்கப்பட்டன. இவை அனைத்தையும் நோக்கியா முன்னின்று வழிநடத்தியது, இவற்றை மக்களுக்குச்

சொல்லித்தந்தது, அதனால் நோக்கியா ஃபோன்கள் நன்கு விற்றன.

நோக்கியாவின் மொபைல்பிரிவு பெற்ற வெற்றியைத்தொடர்ந்து, அதன் ஆரம்பகாலத் தொழில்கள் அனைத்தும் விற்கப்பட்டன. அதில் கிடைத்த பணமெல்லாம் இங்கே முதலீடு செய்யப்பட்டது. அது நல்ல லாபமாகத் திரும்பிவந்தது, பெயரும் புகழும் குவிந்தது.

இதையடுத்து, பல நாடுகளில் நோக்கியாவின் தொழிற்சாலைகள் நிறுவப்பட்டன. அந்தந்தச் சந்தைக்கேற்ற தயாரிப்புகளை வழங்கிப் பெயர்வாங்கியது நோக்கியா.

இந்தக் காலகட்டத்தில் நோக்கியாவுக்கு உண்மையான போட்டியாளர்கள் என்று யாரும் இல்லை. சாம்சங் போன்ற சில நிறுவனங்கள் கொஞ்சம் போட்டியைக் கொடுத்தாலும், அவர்களெல்லாம் நோக்கியாவுக்குப் பிறகுதான். பயன்படுத்த எளியவை, விலை குறைவானவை, தரமானவை என்று மக்கள் நோக்கியா தயாரிப்புகளையே வாங்கினார்கள்.

முதல் இன்னிங்க்ஸ் வெற்றி, இரண்டாவது இன்னிங்ஸ் பெருவெற்றி, அப்புறம் ஏன் சரிவு? நோக்கியாவின் மூன்றாவது இன்னிங்க்ஸ் எப்படியிருக்கும்?

ஒரு நகரத்தில் யாருக்கும் செருப்பு என்றாலே தெரியாது, எல்லாரும் வெறுங்காலுடன்தான் நடந்துகொண்டிருந்தார்கள்.

அப்போது, அந்த நகரத்துக்கு ஒரு புதியவர் வந்தார். அவர் செருப்புகளைத் தைத்து விற்கத்தொடங்கினார். எல்லாம் தரமான செருப்புகள், விலையும் குறைவு.

ஆனால், நகரவாசிகள் யாரும் அவருடைய செருப்பை வாங்கவில்லை. காரணம், அவர்களுக்குச் செருப்பின் தேவை புரியவில்லை. ‘வெறுங்காலோட நடக்கவேண்டியதுதானே, இதெதுக்கு வீணா?’ என்று யோசித்தார்கள்.

ஆகவே, அவர் அவர்களுக்குச் செருப்பின் முக்கியத்துவத்தை விளக்கத்தொடங்கினார், ‘இதைப் போட்டுக்கிட்டா கல்லுமுள்ளு

காலிலே குத்தாம காப்பாத்தும், வெய்யில்ல நடந்தா சூடு தெரியாது.'

இப்படி அவர் விளக்கியதும், சிலர் அந்தச் செருப்புகளை வாங்கிப் பயன்படுத்த ஆரம்பித்தார்கள். அவர்களைப் பார்த்துக் கொஞ்சம்கொஞ்சமாக மற்றவர்களும் செருப்புக்கு மாறினார்கள். அந்த நகரத்தில் செருப்புகள் நன்கு விற்றன.

இதைப் பார்த்து மற்ற பலர் அங்கே செருப்பு விற்க வந்தார்கள். ஆனால், முதன்முதலாக அங்கே செருப்புகளைப் பிரபலப்படுத்தியவருடைய செருப்புகள்தான் அதிகம் விற்பனையாகின. அவர் பெரிய பணக்காரராகவும் புகழோடும் வாழ்ந்தார்.

இப்போது, அந்த நகரத்தில் செருப்பு அணியாதவர்களே கிடையாது. சிலர் ஒன்றுக்கு இரண்டு, மூன்று செருப்புகளைக்கூட வாங்கி வைத்திருந்தார்கள், வேளைக்கு ஒன்றாகப் போட்டுக் கொண்டு நடந்தார்கள்.

இவர்கள் செருப்பில் புதிய வசதிகளை எதிர்பார்த்தார்கள், 'மெத்துமெத்துன்னு இருக்கணும்' என்றார்கள், 'பல வண்ணங்கள்ல செருப்பைத் தயாரிக்கலாமே' என்று கேட்டார்கள். இவர்களுடைய எதிர்பார்ப்புக்கிணங்க அவர் தன்னுடைய செருப்புகளை மாற்றி இன்னும் வெற்றியடைந்தார்.

அதேநேரம், அந்த நகரத்தில் சிலர் உடல் ஆரோக்கியத்தில் கவனம் செலுத்தினார்கள். அவர்கள் தினமும் ஓடுவதற்கு, உடற் பயிற்சி செய்வதற்கு வசதியான காலணிகளை எதிர்பார்த்தார்கள்.

அப்போது, அங்கிருந்த செருப்புத் தைப்பவர்கள் சிலர் ஒட்டத்துக்கென்று விசேஷக் காலணிகளை, கால்முழுவதையும் மூடக்கூடிய 'ஷூ'க்களைத் தயாரித்து விற்றார்கள். இவர்கள் அதனை விரும்பி வாங்கினார்கள்.

அந்த நகரத்தில் செருப்பை அறிமுகப்படுத்தியவர் இதைக் கவனித்தார். ஆனால், இந்த 'ஷூ'க்கள் அவ்வளவு முக்கியமானவை என்று அவருக்குத் தோன்றவில்லை.

ஆகவே, அவர் எப்போதும்போல் செருப்பில் மட்டும் கவனம் செலுத்தினார். அதை இன்னும் சிறப்பாக மாற்றுவது எப்படி என்று மட்டுமே யோசித்தார்.

சில ஆண்டுகளில், அந்த நகரத்தில் எல்லாரும் 'ஷூ'க்களையே விரும்பி வாங்கத்தொடங்கினார்கள். இதனால், மற்ற செருப்புத் தைப்பவர்களின் தயாரிப்புகள் நன்கு விற்றன.

இதைக் கண்டபிறகு, அவர் விழித்துக்கொண்டார், செருப்போடு 'ஷூ'க்களையும் தயாரிக்க முயன்றார்.

ஆனால் அதற்குள், அவருடைய போட்டியாளர்கள் எங்கோ சென்றுவிட்டார்கள். அவரால் அந்தப் போட்டியில் தாக்குப்பிடிக்கமுடியவில்லை. விரைவில் அவருடைய நிறுவனமே முடங்கிவிட்டது.

ஆக, முதன்முதலாக செருப்புகளை அறிமுகப்படுத்திய ஒருவர், செருப்புகள் தேவை என்று மக்களுக்குப் புரியவைத்த ஒருவர், அந்தச் செருப்புகளைக் குறைந்த விலையில், நிறைவான தரத்தில் தயாரித்து முதல்நிலையில் திகழ்ந்த ஒருவர், இப்போது அதே சந்தையிலிருந்து வெளியேற்றப்படுகிறார், மற்ற போட்டியாளர்கள் அவரைத் தாண்டிச்சென்று பெரிய வெற்றியடைகிறார்கள்.

காரணம், அவர் மக்களுடைய மாறும் எதிர்பார்ப்புகளைச் சரியாகக் கவனிக்காததுதான். மற்றவர்கள் அதை நன்கு பயன்படுத்திக்கொண்டுவிட்டார்கள்.

இந்தக் கதையில் செருப்புகளுக்குப் பதில் செல்ஃபோன்கள் என்றும், 'ஷூ'க்களுக்குப்பதில் ஸ்மார்ட்ஃபோன்கள் என்றும் பொருத்தினால், அதுதான் நோக்கியாவின் சரிவுச்சரித்திரம்!

நோக்கியா செல்ஃபோன்களைத் தயாரிக்கத்தொடங்கியபோது, அப்படியொன்று தங்களுக்குத் தேவை என்பதையே மக்கள் உணர்ந்திருக்கவில்லை. ஆகவே, அவர்கள் பொருளுக்கு மட்டும் விளம்பரம் செய்யவில்லை, அதற்கான தேவையையும் சேர்த்து விளம்பரப்படுத்தினார்கள், அதையும் விற்றார்கள், தொழில்மொழியில் இதனை '*Educating the customer*' என்பார்கள்.

இப்படி வாடிக்கையாளர்களுக்குச் சொல்லித்தந்து வளர்த்த சந்தையில், அவர்களே மன்னர்களாக இருந்தார்கள். உலக அளவில் எல்லா நாடுகளிலும் செல்ஃபோன் என்றாலே நோக்கியாதான். சாம்சங், சோனி போன்ற மற்ற செல்ஃபோன் தயாரிப்பாளர்களெல்லாம் சற்றுத்தள்ளியே வரவேண்டியிருந்தது.

இந்த வளர்ச்சியின்போது, நோக்கியா கர்வம் கொண்டுவிட்டதாகவோ, சந்தை எதிர்பார்ப்புகளைக் கவனிக்கவில்லையென்றோ, தன்னுடைய தயாரிப்பை மேம்படுத்தவில்லையென்றோ சொல்வதற்கில்லை. அவர்கள் தொடர்ந்து தங்களுடைய தயாரிப்பில் புதுப்புது அம்சங்களை அறிமுகப்படுத்தியபடிதானிருந்தார்கள், உலகில் எங்கெல்லாம் தங்களுடைய தயாரிப்புகளைக் கொண்டுசெல்ல இயலும் என்று திட்டமிட்டுச் செயல்பட்டார்கள்.

இந்தியச் சந்தையே இதற்கு நல்லதோர் எடுத்துக்காட்டு. நம் ஊருக்கேற்ற செல்ஃபோன்களை நோக்கியா சிறப்பாகத் தயாரித்தது, எடுத்துக்காட்டாக, செல்ஃபோனில் டார்ச் வசதி, தூசு தாக்காத, கைப்பிடியிலிருந்து வழுக்காத வடிவமைப்பு, தமிழ், ஹிந்தி உள்ளிட்ட இந்திய மொழிகள் மட்டுமே தெரிந்தோர்கூட பயன்படுத்தும்படியான இடைமுகங்கள் என்று அசத்தினார்கள்.

இதுபோல் வளரும் சந்தைகள் ஒவ்வொன்றையும் நோக்கியா கவனித்துச்செயல்பட்டது. அதனால், பெரிய வெற்றிநிறுவனமாகவே திகழ்ந்தது.

அவர்கள் செய்த பெரிய தவறு, ஸ்மார்ட்ஃபோன்களின் வளர்ச்சியை, தேவையைக் கவனிக்கத்தவறியதுதான்.

அதற்காக, நோக்கியாவில் ஸ்மார்ட்ஃபோன்களே வரவில்லை என்று சொல்வதற்கில்லை. மற்ற பல புதுமைகளைப்போலவே, இதிலும் அவர்கள் முன்னணியில் நின்றார்கள். செல்ஃபோனிலேயே கேமெரா, இணையம், ஈமெயில் படித்தல் போன்ற வசதிகளைக் கொண்டுவந்தார்கள். அதேசமயம், ஸ்மார்ட்ஃபோன்களை அவர்கள் அடிப்படைத்தேவைகளாகக்

கருதவில்லை. அதை மையமாகக்கொண்டு தங்களுடைய தயாரிப்புகளை அமைக்கவில்லை.

மற்ற நிறுவனங்கள், குறிப்பாக சாம்சங் இதனைச் சிறப்பாகப் பயன்படுத்திக்கொண்டது. அவர்களும் வேறு பல நிறுவனங்களும் ஆண்ட்ராய்ட் என்ற இலவச ஆபரேட்டிங் சிஸ்டத்தின் கட்டற்ற வசதிகளைப் பயன்படுத்தி ஸ்மார்ட்ஃபோன்களைப் பரவலாக்கினார்கள். இன்னொருபக்கம் ஆப்பிள் தனது ஐஃபோன்மூலம் இந்தச் சந்தையைத் தலைகீழாகப் புரட்டிப்போட்டது. அதன் தரம், பயன்பாட்டு மேன்மைக்கு யாரும் பக்கத்தில்கூட வரமுடியவில்லை.

முக்கியமான விஷயம், இந்த ஸ்மார்ட்ஃபோன்கள் அனைத்தும் நோக்கியாவின் அடிப்படை செல்ஃபோன்களைவிட அதிக விலை, அதற்கேற்ப அதிகச் சவுகர்யங்கள். இந்தக் கூடுதல் வசதிகளுக்கு மக்கள் இந்தக் கூடுதல் விலையைத் தருவார்கள் என்பதை நோக்கியா புரிந்துகொள்ளவில்லை. ஆகவே, எப்போதும்போல் அவர்கள் குறைந்த விலை, நிறைந்த தரம் ரக ஃபோன்களில் கவனம்செலுத்திக்கொண்டிருக்க, இன்னொருபக்கம் ஸ்மார்ட்ஃபோன்களின் விலை குறைந்துகொண்டே வந்தது. அதேசமயம் நடுத்தர மக்களின் வாங்கும்சக்தியும் மேம்பட, அவர்கள் ‘சாதாரண ஃபோன்களை வாங்குவதைவிட, கொஞ்சம் கூடுதலாகச் செலவழித்து ஸ்மார்ட்ஃபோன்களை வாங்கலாமே’ என்று யோசிக்கத்தொடங்கினார்கள்.

ஒருநிலையில், ஸ்மார்ட்ஃபோன்களே அடிப்படைத் தேவையாகிவிட்டன. மற்ற ஃபோன்கள் சற்றே இழிவாகக் குறிப்பிடப்பட்டன. பணம் இல்லாதவர்கள்தான் அவற்றை வாங்குவார்கள் என்ற மனோநிலை.

இது சரியா, தவறா என்பதெல்லாம் வேறு விஷயம். உண்மையிலேயே ஸ்மார்ட்ஃபோன்கள் நமக்கு உதவுகின்றனவா, அல்லது பாதிப்பைக்கொண்டுவருகின்றனவா என்கிற விவாதம் இன்றைக்கும் நடந்துகொண்டிருக்கிறது. ஆனால், ஸ்மார்ட்ஃபோன்கள்தான் செல்ஃபோன்கள் என்று நினைக்கும் ஒரு தலைமுறை உருவாகிவிட்டது. அதில் நோக்கியாவின்

தயாரிப்புகளுக்கு இடமில்லை. ஆக, பொருளின் தரத்தில், தொழில்நுட்பத்தில், தேவையில், விலையில், விநியோகத்தில், பிரபலத்தில்... இப்படி எதிலும் குறையில்லாத ஒரு நிறுவனம், மக்களின் சிந்தனை மாறியதால் ஓரங்கட்டப்பட்டது, நம்பர் ஒன் நிலையிலிருந்து கீழே விழுந்து காணாமலே போனது.

2011ம் ஆண்டு, நோக்கியாவும் மைக்ரோசாஃப்டும் கைகோத்தன. மைக்ரோசாஃப்டின் விண்டோஸ் ஃபோன் ஆபரெட்டிங் சிஸ்டத்தைப் பயன்படுத்தி நோக்கியாவின் ஸ்மார்ட்ஃபோன்கள் வெளியாகும் என்று அறிவிக்கப்பட்டது. பின்னர் மைக்ரோசாஃப்டே நோக்கியாவின் மொபைல்ஃபோன் தொழில்பிரிவை வாங்கிவிட்டது.

அதன்பிறகும், நோக்கியாவில் ஏதும் விசேஷமாக நடப்பதாகத் தெரியவில்லை. இதற்குள் ஆப்பிள், சாம்சங், ஜியோமி போன்ற நிறுவனங்கள் சர்வதேச அளவில் ஸ்மார்ட்ஃபோன் சந்தையை முழுமையாக ஆக்கிரமித்திருந்தன. இதில் நோக்கியாவுக்கு இடமிருக்கிறதா என்றுகூட யாரும் யோசிக்கவில்லை.

2017 பிப்ரவரியில், நோக்கியா தனது புகழ்பெற்ற 3310 மொபைல்ஃபோனை மீண்டும் அறிமுகப்படுத்தவிருப்பதாக அறிவித்தது. இதைத்தொடர்ந்து, இணையத்தில் புதிய பரபரப்பு.

காரணம், 'நோக்கியா3310' மொபைல்ஃபோனுக்கும் இன்றைய ஸ்மார்ட்ஃபோன் உலகத்துக்கும் சம்பந்தமே கிடையாது. எல்லாரும் ஸ்போர்ட்ஸ் ஷூவில் எலக்ட்ரானிக் சில்லுகளை வைத்துப் பந்தா காட்டிக்கொண்டிருக்கும்போது, ஒரு பழைய செருப்பைப் புதுப்பிப்பதில் என்ன அர்த்தம்? நோக்கியா இன்னும் மக்களைப் புரிந்துகொள்ளாமலிருக்கிறதோ?

அதேசமயம், நோக்கியாவின் தயாரிப்புகளில் இருந்த தரமும் எளிமையும் இன்றைய ஸ்மார்ட்ஃபோன்களில் இல்லை என்று சொல்கிறவர்களைப் பார்க்கமுடிகிறது. என்னதான் இணையமும் பிற வசதிகளும் இவற்றில் சக்கைப்போடு போட்டாலும், இவை நம்மை அடிமைப்படுத்திவைத்திருக்கின்றன, ஃபோன் என்பது பேசுவதற்குதானே, அதை ஒழுங்காகச் செய்தால் போதாதா

என்றும் சிலர் புலம்புகிறார்கள், ‘இந்தப் பிரச்னையையெல்லாம் தீர்க்க அவர் ஒருத்தராலதான் முடியும்’ என்று சினிமாப்பட ஹீரோவைப்போல் நோக்கியாவைப் பார்க்கிறார்கள்.

ஸ்மார்ட்ஃபோன்கள் இல்லாத வாழ்க்கையைப் பலரால் கற்பனைகூடச் செய்யமுடியாத இன்றைய சூழலில், நோக்கியா ஒரு சாதாரண செல்ஃபோனை வைத்துவிட்டதைப் பிடிப்பது சாத்தியமே இல்லை. அதேசமயம், தனக்கு நன்றாகத் தெரிந்த ஒரு விஷயத்தை அடிப்படையாக வைத்துச் சந்தையில் மீண்டும் நுழைந்து, தன்னுடைய பிராண்டுக்கு ஒரு புதிய மரியாதையை உருவாக்கிக்கொண்டு, இன்னொருபக்கம் மைக்ரோசாஃப்டின் மென்பொருள் பலத்துடன் ஸ்மார்ட்ஃபோன் சந்தையையும் பிடிக்கலாம் என்று அவர்கள் திட்டமிட்டிருக்கலாம்.

ஒருவேளை நோக்கியா இந்த முயற்சியில் வெற்றிபெற்றுவிட்டால், அது நிச்சயம் பெரும் சாதனையாகத்தானிருக்கும். ஓட்டப்பந்தயத்தில் முதலாவதாக வந்துகொண்டிருந்த ஒருவர், விதிமுறைகள் மாற்றப்பட்டதால் வெளியேற்றப்பட்டு, போட்டி நிறுவனங்கள் அவரைத் தாண்டி வெகுதூரம் சென்றுவிட்டபிறகு மீண்டும் உள்ளே நுழைந்து வெல்லமுடியுமா? இன்றைய சந்தையைப் புரிந்துகொண்டு வெல்வதற்கு அவர்களுடைய பழைய அனுபவமும், கிட்டத்தட்ட காணாமல்போய்விட்ட பிராண்ட்பெயரும் உதவுமா? பொறுத்திருந்துதான் பார்க்கவேண்டும்.

ஆனால் ஒன்று, சந்தையைப் புரிந்துகொள்ளாத எந்த நிறுவனமும் இங்கே வெற்றிபெறமுடியாது. முன்புபோல் ஒவ்வொரு நாட்டுக்கும், அங்குள்ள ஒவ்வொரு பயன்பாட்டாளர் குழுவுக்கும், குறிப்பாக, செல்ஃபோன்களுடனே பிறந்த இன்றைய இளையதலைமுறையினருக்கு ஏற்ற தனித்தனி வியூகங்களை வகுத்து, போட்டியாளர்களின் காய்நகர்த்தல்களைக் கவனித்து முன்னேறினால்மட்டுமே வெற்றி, அது எப்பேர்ப்பட்ட பிராண்டாக இருந்தாலும் சரி, எத்துணைச் சிறப்பான தயாரிப்பாக இருந்தாலும் சரி!

(மார்ச் 2017)

20. ஜஸ்டின் பீபர்: நம்மைப்போல் ஒருவர்

இணையத்தில் எதையோ தேடிக்கொண்டிருக்கிறீர்கள். தெரியாமல் இன்னோர் இணைப்பை க்ளிக்செய்துவிடுகிறீர்கள்.

இதுவொரு பெரிய பிரச்னையல்ல. எப்போது வேண்டுமானாலும் 'பின்னே'செல்லும் பொத்தானை அழுத்திப் பழைய பக்கத்துக்கு மீண்டுவிடலாம், மீண்டும் உங்களுக்கு வேண்டியதைத் தேடிப்பெறலாம். ஒருவேளை, அப்படித் தெரியாமல் க்ளிக்செய்த இணைப்பு, நீங்கள் தேடிய இணைப்பைவிடச் சிறப்பாக இருந்துவிட்டால்? அதன்மூலம் உங்களுக்கொரு புதிய களம், புதிய வாய்ப்புக் கிடைத்தால்? அதன்மூலம் உலகுக்கொரு புதிய சூப்பர்ஸ்டார் கிடைத்தால்?

இது கதையல்ல. இன்றைக்குச் சர்வதேச அளவில் கொடி கட்டிப்பறக்கும் பிரமாதமான இசைக்கலைஞர்களில் ஒருவரான ஜஸ்டின் பீபர் இப்படியொரு தவறான க்ளிக்கின்மூலம் அடையாளம் காணப்பட்டவர்தான்!

ஒருவேளை அந்தத் தவறான க்ளிக் இல்லாவிட்டாலும், வேறுவழியில் ஜஸ்டின் நிச்சயமாக அடையாளம்

காணப்பட்டிருப்பார். ஆனால், அதற்கு இன்னும் சில ஆண்டுகளாகியிருக்கும். இசைத்துறையில் பலப்பல சாதனைகளை இப்படி மிக இளம்வயதில் உடைத்துப்போட்டிருக்கமாட்டார்!

அதேசமயம், அப்படி நிதானமாக வெற்றியைநோக்கி நகர்ந்திருந்தால், அதனை அவர் இன்னும் கவனத்துடன் அணுகியிருக்கக்கூடும். இப்போதைய அவரது ஆளுமையைச் சுற்றியுள்ள சர்ச்சைகளும் குறைந்திருக்கக்கூடும்.

இருக்கட்டும், சர்ச்சையை விட்டு சங்கீதத்தைக் கவனிப்போம்!

ஜஸ்டின் பீபர் பிறந்தபோது, அவருடைய தாய் பாட்ரீசியாவுக்கு வயது பதினெட்டுதான்; அந்த இளம்வயதில், திருமணம் செய்துகொள்ளாமலே குழந்தை பெற்றுக்கொண்டுவிட்டார்!

ஜெரெமி ஜாக் பீபர் என்பவர்தான் ஜஸ்டினின் தந்தை. ஆனால், அவர் பாட்ரீசியாவை மணந்துகொள்ளவில்லை. ஜஸ்டினுக்கு மூன்று வயதாகியிருக்கும்போது, அவர் வீட்டிலிருந்து வெளியேறிவிட்டார்.

அதன்பிறகும், தந்தைக்கும் ஜஸ்டினுக்கும் பேச்சுவார்த்தை இருந்தது. ஆனால் பல சிரமங்களுக்கிடையே தனியாளாக ஜஸ்டினை வளர்த்தது அவருடைய தாய்தான்.

இந்த மூன்று பத்திகளை வைத்து ஜஸ்டினின் இளவயதைப்பற்றி நாம் பலவிதமாக ஊகிக்கலாம். யார் நல்லவர்கள், யார் கெட்டவர்கள் என்று முத்திரைகுத்தலாம்.

‘என் தாய் நிறைய தவறுசெய்திருக்கிறார்’ என்று ஜஸ்டினே ஒரு பேட்டியில் குறிப்பிட்டிருக்கிறார், ‘இளவயதில் அவர் புகைத்திருக்கிறார், மது அருந்தியிருக்கிறார், போதைப் பொருள்களைக்கூட உட்கொண்டிருக்கக்கூடும்.’

‘ஆனால், இவையெல்லாம் நான் பிறக்கும்வரைதான். நான் பிறந்தவுடன், அவர் எல்லாக் கெட்டபழக்கங்களையும் விட்டு விட்டார்’ என்கிறார் ஜஸ்டின். ‘எனக்காக அவர் மாறிவிட்டார். எனக்காகவே வாழத்தொடங்கிவிட்டார்.’ இதையெல்லாம் பாட்ரீசியாவே ஜஸ்டினிடம் சொல்லியிருக்கிறாராம், ‘மகனே,

உனக்கும் சேர்த்து நான் நிறைய கெட்டதுசெய்துவிட்டேன், ஆகவே, நீ எந்தக் கெட்டபழக்கத்திலும் ஈடுபடவேண்டாம்' என்றாராம் அவர்.

நாம் எத்தனையோ அம்மா சென்டிமென்ட் கதைகள், நிஜச்சம்பவங்களைக் கேட்டிருப்போம். இப்படிச் சொன்ன ஒரு தாயைச் சந்தித்ததுண்டா?

பதினெட்டு வயதில் பிள்ளைபெற்றுக்கொண்ட பாட்ரீசியாவுக்கு ஜஸ்டின்தான் எல்லாமே. பெரிய வசதி, வாய்ப்புகள் இல்லாத சூழ்நிலையில்கூட, தன் மகனுக்கு எல்லாவற்றையும் பெற்றுத்தரவேண்டும் என்று அவருக்கு ஆசை.

கனடாவிலுள்ள லண்டன் என்ற ஊரில் பிறந்த ஜஸ்டின் வளர்ந்தது ஸ்ட்ராட்ஃபோர்டில். சிறுவயதிலிருந்தே இசையில் நல்ல ஆர்வம். பியானோ, கிடார், ட்ரம்பெட் ஆகியவற்றை அவனே வாசிக்கக் கற்றுக்கொண்டான், ட்ரம்ஸ் வகுப்புக்குச் சென்றுவந்தான், வீட்டில் சும்மா இருக்கும் நேரமெல்லாம் வாயில் ஏதோ ஒரு பாடலை முணுமுணுத்துக்கொண்டிருப்பான்.

மகனின் இசைத்திறமையைக்கண்டு பாட்ரீசியாவுக்குப் பெருமை, அவன் கலந்துகொண்ட நிகழ்ச்சிகளையெல்லாம் வீடியோ படமெடுத்துவைத்தார். அதைத் தனது நண்பர்கள், உறவினர்களிடம் யூட்யூப்மூலம் பகிர்ந்துகொண்டார்.

அந்த நேரத்தில் ஜஸ்டினுக்கு டிஸ்னிலாண்ட் செல்ல வேண்டுமென்று ஆசை. ஆனால், கையில் பணமில்லை.

அப்போது அவர்களுடைய ஊரில் ஒரு பெரிய திருவிழா வந்தது. அதற்காகப் பல ஊர்களிலிருந்தும் மக்கள் குவிந்திருந்தார்கள். அவர்கள் மத்தியில் கிடார் வாசித்துப் பணம்சேர்த்தான் ஜஸ்டின்.

'மத்தியில்' என்று சொல்வதுகூடத் தவறுதான். 'ஓரத்தில்' என்பதுதான் சரியாக இருக்கும். சாலையோரத்தில் ஜஸ்டின் கிடார் வாசிக்க, அந்தப் பக்கமாகச் சென்றவர்கள் அதைக் கேட்டுப் பணம்போட்டார்கள். சிலர் அந்த வாசிப்பைப் படம்பிடித்து யூட்யூபில் வலையேற்றினார்கள்.

'ரோட்டோரத்தில் பாடினார்' என்றதும் நம் ஊரில் சிலர் முகம் சுளிக்கக்கூடும். ஜஸ்டின் அப்படியெல்லாம் நினைக்கவில்லை. அவன் தன்னுடைய இசைத்திறமையைக் காட்டினான், கேட்டவர்கள் பணம் தந்தார்கள், அதைக்கொண்டு கிட்டத்தட்ட 3,000 டாலர்கள் சேர்த்தான், அவனும் பாட்ரீசியாவும் டிஸ்னிலாண்ட் சென்று திரும்பினார்கள்.

'அதுதான் எங்களுடைய முதல் விடுமுறைப் பயணம்' என்கிறார் பாட்ரீசியா. 'நான் அவனை அழைத்துச்செல்லவில்லை, அவன்தான் பணம் சம்பாதித்து என்னை அழைத்துச்சென்றான்!'

இப்படி ஜஸ்டினின் மேடைநிகழ்ச்சிகள், சாலையோர நிகழ்ச்சிகள் யூட்யூபில் கொஞ்சம்கொஞ்சமாகச் சேர்ந்திருந்தன. அவனுடைய குரலும் இசையும் பலருக்குப் பிடித்துப்போயிருந்தது.

ஆனால் அதற்காக, சிறுவன் ஜஸ்டினை 'யூட்யூப் நட்சத்திரம்' என்றெல்லாம் சொல்வதற்கில்லை. சில ஆயிரம் பேர் அவருடைய பாடல்களைக் கேட்டிருப்பார்கள், பாராட்டியிருப்பார்கள், அவ்வளவுதான்.

இந்த நேரத்தில், ஸ்கூட்டர் ப்ரௌன் என்றொருவர் இணையத்தில் இன்னொரு பாடகரைப்பற்றித் தேடிக்கொண்டிருந்தார். அப்போது எதேச்சையாக ஜஸ்டின் பீபரின் ஒரு வீடியோவை க்ளிக்செய்துவிட்டார்.

ஜஸ்டினின் குரலைக்கேட்ட ப்ரௌன் அசந்துபோனார். 'யார் இந்தப் பையன்?' என்று யோசித்தார்.

ப்ரௌன் பிரபலத்தின் பின்னே ஓடுகிறவர் இல்லை. திறமையுள்ள, ஆனால் அதிகப்பேருக்குத் தெரியாத இளைஞர்களைக் கண்டுபிடித்து, வளர்த்துச் சந்தோஷப்படுகிறவர். அவருடைய முதலீடே அதுதான். ஜஸ்டின் பீபரின் குரலைக் கேட்டதும், 'இந்தப் பையனைச் சரியானபடி வழிநடத்தினால் பெரியாளாக வருவான்' என்று ப்ரௌனுக்குத் தோன்றியது. அவனைத் தேட ஆரம்பித்தார். யூட்யூபில் பாடல்கள்தான் வரும், முகவரியா வரும்? ஜஸ்டினை எப்படித் தொடர்புகொள்வது?

ப்ரௌன் அப்படிச் சுலபத்தில் விடுகிற ஆள் இல்லை. ஜஸ்டின் எந்தக் கட்டடத்துக்கு முன்னே வாசிக்கிறான் என்று வீடியோவைப் பார்த்துக் கண்டுபிடித்தார், அங்கிருந்து நூல்பிடித்துப்போய் அவனுடைய பள்ளியைக் கண்டுபிடித்தார், அந்தப் பள்ளியின் பொறுப்பாளர்களிடம் விசாரித்து எப்படியோ பாட்ரீசியாவைச் சந்தித்துவிட்டார், ‘உங்கள் மகனுக்கு அருமையான எதிர்காலம் இருக்கிறது, உலகமே அவனுடைய பாடலைக் கேட்கப்போகிறது’ என்றார், ‘நான் அவனைக் கவனித்துக்கொள்கிறேன், என்னோடு அனுப்பிவையுங்கள், நல்ல இசைநிறுவனமாகப் பார்த்து அவனைச் சேர்த்துவிடவேண்டியது என்னுடைய பொறுப்பு.’

பாட்ரீசியா முதலில் கொஞ்சம் தயங்கினார். சிலரிடம் ஆலோசனை கேட்டபிறகு, அவருக்கு நம்பிக்கைவந்தது, மகனை ப்ரௌன்வசம் ஒப்படைத்துவிட்டார்.

அப்புறமென்ன? இசை நிறுவனங்களெல்லாம் க்யூவில் வந்து நின்றார்கள், ஜஸ்டின் பெரியாளானார், சுபம், அவ்வளவுதானே!

ஜஸ்டின் பீபர் அதிவேகத்தில் வெற்றியடைந்தவர் என்பது உண்மைதான். ஆனால் அந்த ‘ஒரே ராத்திரி வெற்றி’க்காக, அவரும் ப்ரௌனும் பலநாள் போராடவேண்டியிருந்தது.

காரணம், அன்றைக்கு யூட்யூப்மூலம் ஒரு திறமைசாலி மேலே வரக்கூடும் என்று எந்தப் பெரிய இசைநிறுவனத்துக்கும் நம்பிக்கை இல்லை. அவர்கள் இன்னும் தொலைக்காட்சி, வானொலியில் தங்களுடைய அடுத்த நட்சத்திரத்தைத் தேடிக்கொண்டிருந்தார்கள்.

ஆனால், ப்ரௌன் கொஞ்சம் மாற்றி யோசித்தார், ‘இன்றைய இளைஞர்கள் தொலைக்காட்சி, வானொலியைவிட, யூட்யூபில்தான் அதிக நேரம் செலவிடுகிறார்கள். ஆகவே, யூட்யூபில் ஜெயிப்பவர் யாரோ, அவர் இசைத்துறையில் பெரிய அளவில் வெற்றியடையமுடியும்’ என்று நம்பினார்.

ஆகவே, ஜஸ்டின் தொடர்ந்து யூட்யூபில் இயங்கவேண்டும் என்று ப்ரௌன் ஊக்குவித்தார். ’பெரிய கேமெரா வேண்டியதில்லை,

அதிநவீனத் தொழில்நுட்பம் வேண்டியதில்லை, நன்றாகப் பாடினால்போதும், கேட்கிறவர்களுக்கு அது பிடித்தால் போதும், மற்ற எல்லாம் தானாக நடக்கும்' என்றார் அவர்.

ப்ரௌன் சொன்னவழியில் ஜஸ்டின் நடக்க, அவருடைய யூட்யூப் ரசிகர்வட்டம் படிப்படியாக அதிகரித்தது. இசைநிறுவனங்கள் இதைக் கவனிக்கத்தொடங்கின. அவருடைய முதல் இசைத்தொகுப்பை வெளியிடுவதற்காக இரு நிறுவனங்கள் போட்டிபோட்ட அதிசயமும் நடந்தது.

2009ம் ஆண்டுமத்தியில், ஜஸ்டின் பீபரின் முதல் 'சிங்கிள்' பாடல் '*One Time*' வெளியானது. அப்போது அவருக்கு வயது பதினைந்துதான். இன்னும் உடையாத குழந்தைக் குரல். யூட்யூபுக்கு வெளியே அதிகப்பேர் கேட்டிருக்காத குரல்.

ஆனாலும், அதிலிருந்த ஏதோ ஒரு வசீகரம் பலரை ஈர்த்தது. கனடாவிலும் அமெரிக்காவிலும் தொடங்கி, உலகெங்கிலுமிருந்த இசைத்தளங்களில் அப்பாடல் வேகமாகப் பிரபலமடைந்தது.

இத்தனைக்கும் ஜஸ்டின் பீபர் தன்னுடைய முதல் ஆல்பத்தையே இன்னும் வெளியிட்டிருக்கவில்லை. எனினும், மக்கள் அவருடைய குரலை ரசித்தார்கள். அவருடைய அறிமுக ஆல்பத்துக்கான எதிர்பார்ப்பு அதிகரித்தது.

கிட்டத்தட்ட ஒரு வருடம் கழித்து, ஜஸ்டின் பீபரின் முதல் ஆல்பமான '*My World*' வெளிவந்தது. அதேவேகத்தில் பெரிய அளவில் வெற்றியடைந்தது.

அந்த முதல் ஆல்பம்மட்டுமல்ல, அதன்பிறகு வந்த அவருடைய எல்லா ஆல்பம்களுமே பெரிய, மிகப்பெரிய வெற்றிகள்தாம். அமெரிக்கா, ஐரோப்பா, ஆசியா, ஆஸ்திரேலியா என்றெல்லாம் வித்தியாசமே பார்க்காமல் மக்கள் அவருடைய குரலைக் கொண்டாடினார்கள். குறிப்பாக, இளைஞர்கள், அதிலும் குறிப்பாக, இளம்பெண்கள் அவரது இசையை, நடனத்தை, தோற்றத்தைக்கண்டு கிறங்கிப்போனார்கள், இசைத்துறை சார்ந்த விற்பனைச் சாதனைகள், வருமான வரம்புகளையெல்லாம் தாண்டி கிடுகிடுவென்று வளர்ந்தார் இந்த டீனேஜ் பையர்.

இன்றைக்கு, ஜஸ்டின் செய்யாத சாதனையில்லை. கூகுள், ஃபேஸ்புக், ட்விட்டர், யூட்யூப் என எங்கே சென்றாலும் இளம் தலைமுறையினர் அவரைத்தான் தேடுகிறார்கள். அவருடைய ஆல்பம்கள் வந்தவேகத்தில் ஆயிரக்கணக்கில், லட்சக்கணக்கில் விற்கின்றன, அவர் விளம்பரம் செய்யும் பொருள்கள் உடனுக்குடன் விற்றுத்தீர்கின்றன, வரும் மே மாதத்தில் அவர் இந்தியாவுக்கு வருகிறார் என்றதும் டிக்கெட் விற்பனை சூடுபிடித்துவிட்டது. இத்தனைக்கும் குறைந்தபட்ச டிக்கெட்டே நான்காயிரம் ரூபாயாம்!

யோசித்துப்பாருங்கள், யூட்யூபில் கிட்டத்தட்ட இலவசமாகவே கிடைக்கும் ஒரு பாடகரை நேரில் பார்ப்பதற்கு இத்தனை ரூபாய் செலவழிக்க இளைஞர்கள் தயாராக இருக்கிறார்கள் என்றால், 'அவர் நம்மில் ஒருவர்' என்ற எண்ணம்தானே காரணம்? இசையோடு அந்த அனுபவமும்தானே அவர்களுக்குத் தேவைப்படுகிறது!

ஜஸ்டின்பற்றிப் பல சர்ச்சைகள் உண்டு. அவர் அதிவேகமாகக் காரை ஓட்டிக் காவல்துறையினரிடம் மாட்டியிருக்கிறார், பிறரை அவமானப்படுத்தும்படி பேசுகிறார், யாரையும் மதிப்பதில்லை என்று அவரைப்பற்றிய குற்றச்சாட்டுகள் ஏராளம். இணையத்தில் அதிகம் வெறுக்கப்படும் பிரபலங்களில் ஒருவராகவும் அவரே இருக்கிறார்.

ஆனால் அதற்காக, ஜஸ்டின் மோசமானவர் என்கிற தீர்மானத்துக்கு வந்துவிடவேண்டியதில்லை. அதிவேக வளர்ச்சியை, புகழை, பணத்தைச் சரியாகக் கையாளஇயலாத ஓர் இளைஞராகவே அவரைப் பார்க்கமுடிகிறது.

இப்போது ஜஸ்டின் மிகவும் மாறிவிட்டார் என்கிறார்கள். எப்போதும்போல் அவரைச் சுற்றியுள்ள 'பெரியவர்'களின் ஆலோசனையும் அறிவுரையும் வழிகாட்டுதலும்தான் இதற்குக் காரணமாம்.

ஜஸ்டினுக்கு வரும் மார்ச் 1ம் தேதிதான் இருபத்துமூன்று வயதாகப்போகிறது. அதற்குள் அவர் சாதித்துள்ளவை

வியப்பூட்டுகின்றன. வயதுக்கேற்ற முதிர்ச்சியும் திறமையும் அனுபவங்களும் வழிகாட்ட, அவர் இன்னும் பல சாதனைகளை நிகழ்த்தவுள்ளார் என ஊகிப்பது சுலபமே. இந்த வளர்ச்சியைச் சரியாகக் கையாண்டால், இன்றைய இளைஞர்களுக்கு ‘அவர்களில் ஒருவரான’ லட்சியபிம்பமாக அவர் உருவாகப்போவதும் பலரை வழிநடத்தப்போவதும் நிச்சயமே.

சரித்திரம் முழுக்க எல்லாத் தலைமுறைகளுக்கும் இப்படியோர் அடையாளம் தேவைப்பட்டிருக்கிறது. அது நல்ல அடையாளமாயிருப்பின், அதுபோல் ஆயிரம் பூக்கள் மலரும்.

(ஃபிப்ரவரி 2017)

21. யூ(த்)ட்யூப்

'என் மகன் (அல்லது மகள்) ரொம்ப சமர்த்து. நான் வேலையா இருக்கும்போது அநாவசியமா என்னைத் தொந்தரவு செய்யாம அவ(ன்)பாட்டுக்கு யூட்யூப் பார்த்துக்கிட்டு உட்கார்ந்திருப்பா(ன்)' என்று சில பெற்றோர் பெருமையாகச் சொல்வார்கள்.

பெருமைக்குக் காரணம், அவர்கள் மற்ற வேலைகளைப் பார்ப்பதற்கு இது வசதியாக இருக்கிறது. பிள்ளைகள் யூடியூபில் ஒருபக்கம் உட்கார்ந்துருக்க, இவர்கள் மளமளவென்று எல்லா வேலைகளையும் முடித்துவிடுவார்கள்.

ஆனால், சிலநாள் கழித்து, அதுவே அவர்களுக்கு ஒரு கவலையாகிவிடும். 'இப்படி எந்நேரமும் யூடியூப்லயே மூழ்கிக் கிடந்தா என்னாகுறது?' என்று யோசிப்பார்கள். 'அதனால கண்ணு கெட்டுப்போகும், படிப்பு கெடும்' என்றெல்லாம் காரணங்களைச் சேர்த்துக்கொண்டு பதறுவார்கள். ஒருநாளைக்கு இவ்வளவு நேரம்தான் யூடியூப் பார்க்கவேண்டும் என்று பிள்ளைகளுக்கு நிபந்தனை போட முயற்சி செய்வார்கள்.

இதெல்லாம் இளசுகளிடம் நடக்குமா? அவர்கள் எதிர்த்துத் திமிறுவார்கள். அல்லது, திருட்டுத்தனமாகப் பார்ப்பார்கள்.

ஆக, தங்களுடைய வசதிக்காகப் பெற்றோரே யூடியூப் என்ற ஒன்றைப் பிள்ளைகளுக்குப் பழக்கப்படுத்துகிறார்கள், அல்லது, பிற பிள்ளைகளிடமிருந்து குழந்தைகள் அதைக் கற்றுக்கொள்கிறார்கள். ஒருகட்டத்தில் அதற்கு அடிமையாகிவிடுகிறார்கள், தினமும் நெடுநேரம் அதற்காகவே செலவிடுகிறார்கள். இனிமேல் அவர்களைத் தடுக்கவோ கட்டுப்படுத்தவோ இயலாது.

இந்த நிலையில்தான், பெற்றோர் புலம்பத்தொடங்குகிறார்கள். 'என் பையன் எப்பப் பார்த்தாலும் யூடியூபையே பார்த்துக்கிட்டிருக்கான், அவனை என்ன பண்றதுன்னே தெரியலே' என்கிறார்கள்.

ஒருவேளை, நீங்கள் அப்படிப் புலம்புகிற பெற்றோராக இருந்தால், ஒரு நிமிடம் யோசியுங்கள், உங்கள் மகனோ மகளோ யூட்யூபில் எதைப் பார்க்கிறார்கள் என்று உங்களுக்குத் தெரியுமா? நிச்சயமாகத் தெரிந்திருக்காது. அதைக் கவனித்திருக்கவே மாட்டீர்கள். ஆனால், அது தவறு என்றெண்ணிப் புலம்புகிறீர்கள். ஏன்?

உங்களைப் பொறுத்தவரை யூட்யூப் என்பது சினிமா, காமெடி, பாடல்கள், மெகாசீரியல்களைப் பார்க்கிற இடம். ஆகவே, அவர்களும் அதைத்தான் பார்க்கிறார்கள் என்று நினைக்கிறீர்கள், இதையெல்லாம் நெடுநேரம் பார்த்தால் தவறு என்ற எண்ணம் உங்கள் மனத்தில் ஏற்பட்டுவிடுகிறது.

ஒருவருக்குக் கம்ப்யூட்டரில் வீடியோகேம்ஸ் விளையாடுவது மிகவும் பிடிக்கும் என்று வைத்துக்கொள்வோம். இதனால், இன்னொருவர் கம்ப்யூட்டரில் உருப்படியாக வேலை பார்த்துக்கொண்டிருந்தாலும்கூட, 'அவர் வீடியோகேம்ஸ் விளையாடுகிறார்' என்றுதான் இவர் நினைப்பார். யூட்யூப் விஷயத்தில் அப்படியொரு புரிந்துகொள்ளல் பிரச்னையில்தான் பல பெற்றோரும் சிக்கியுள்ளார்கள்.

உண்மையில், இந்தத் தலைமுறை யூட்யூபை முற்றிலும் வேறுவிதமாகப் பயன்படுத்துகிறது. சென்ற தலைமுறையைச்

சேர்ந்தவர்களுக்கு அது புரியாது. இதைப் புரிந்துகொள்ள, நாம் சுமார் இருபது, இருபத்தைந்து வருடம் பின்னோக்கிச் செல்லவேண்டும். அப்போது, தொலைக்காட்சியில் நான்கைந்து சானல்கள்தான் இருந்தன. நாம் விரும்பினாலும் விரும்பாவிட்டாலும் அவற்றைத்தான் பார்க்கவேண்டும்.

ஆனால் இப்போது, நூற்றுக்கணக்கான சானல்கள் உள்ளன. நம் விருப்பம்போல் எதையும் மாற்றிமாற்றிப் பார்க்கலாம்.

இதனால், இருபத்தைந்து ஆண்டுகளுக்கு முன்னால் நான்கைந்து சானல்களைத் திரும்பத்திரும்பப் பார்த்துக் கொண்டிருந்தவர்களுக்கு, இந்த இருநூறு சானல்கள் வியப்பாக இருக்கும். ‘அட, வெளிநாட்டுப் படமெல்லாம் இவ்ளோ சுலபமா நமக்குக் கிடைக்குதே’, ‘எங்கெங்கோ நடக்கிற விளையாட்டுப்போட்டிகளையெல்லாம் உடனுக்குடன் பார்க்கமுடியுதே’, ‘நம்ம ரசனைக்கு ஏற்றபடி புதுப்புது சானல்கள் வந்துகிட்டே இருக்கே’ என்று அசந்துபோவார்கள்.

இப்போது, அந்த இருநூறு சானல்கள் இரண்டாயிரம் சானல்களாக, இருபதாயிரம் சானல்களாக, லட்சம் சானல்களாக மாறினால் எப்படியிருக்கும்? அவற்றில் நீங்கள் கனவிலும் நினைத்திருக்காத வித்தியாசமான நிகழ்ச்சிகள் தொடர்ந்து வெளிவந்தால் எப்படியிருக்கும்? அவற்றை இந்த நாள், இந்த நேரத்தில்தான் பார்க்கவேண்டும் என்ற கட்டுப்பாடெல்லாம் இல்லாமல், நினைத்தபோது, நினைத்ததை, நினைத்த இடத்தில் பார்க்கமுடிந்தால் எப்படியிருக்கும்? அந்த நிகழ்ச்சிகளை உருவாக்குபவர்களுடன் நேரடியாக உரையாடி, ‘இது சூப்பர்’ என்றோ, ‘இது சரியில்லை’ என்றோ உடனுக்குடன் சொல்லமுடிந்தால் எப்படியிருக்கும்? அவர்களும் உங்களுக்குப் பதிலெழுதி உங்களோடு உரையாடினால் எப்படியிருக்கும்? அனைத்துக்கும் மேலாக, நீங்களே ஒரு சானலை உருவாக்கி ஒளிபரப்பமுடிந்தால் எப்படியிருக்கும்?

இதைத்தான் இன்றைய இளைய தலைமுறை அனுபவித்துக் கொண்டிருக்கிறது. இணையமும் மொபைல் ஃபோன்களும் யூட்யூபும் இந்தப் புரட்சியைச் சாத்தியமாக்கியிருக்கின்றன.

இன்றைக்கு நாம் யூட்யூபில் பல்லாயிரக்கணக்கான சானல்களைப் பார்க்கலாம்: இசை, இலக்கியம், விளையாட்டு, நகைச்சுவை, சமையல், சுற்றுலா, வரலாறு, அறிவியல், கணக்கு, ஃபேஷன் என்று எல்லாவிதமான சானல்களும் இங்கே வருகின்றன. உலகின் மிகச்சிறந்த ஆசிரியர்கள், பேராசிரியர்களின் வகுப்புகள், எழுத்தாளர்கள், சிந்தனையாளர்களின் மேடைப் பேச்சுகளெல்லாம் உடனுக்குடன் பதிவுசெய்து அங்கே வெளியிடப்படுகின்றன. வெறுமனே சினிமா, டிவி நிகழ்ச்சிகளைப் பார்க்கிற இணையதளம் என்று அதனை நினைப்பது பொருந்தாது.

இந்த 'சானல்கள்' அனைத்தும், பெரிய பணக்காரர்கள் கோடிகோடியாகப் பணம்போட்டுத் தொடங்கியவை அல்ல, நம்மைப்போன்ற எளிய மனிதர்கள் தங்களுடைய செல்ஃபோன் கேமெராவில் படம்பிடித்து ஏற்றுகிறவை. இவற்றில் ஒளிபரப்பாகும் நிகழ்ச்சிகள் பார்ப்பதற்கு அழகாக இல்லாமல்போகலாம், ஆனால், இந்நிகழ்ச்சிகளின் உடனடித்தன்மையும், இவை தரும் *Variety*யும்தான் இளைஞர்களை அங்கே இழுக்கின்றன.

இதனால், பல்வேறு விஷயங்களைப்பற்றிய சின்னச்சின்ன வீடியோக்களை இளைஞர்கள் விரும்பிப்பார்க்கிறார்கள். 'லைக்' செய்கிறார்கள், கருத்து எழுதுகிறார்கள், பிறரோடு பகிர்ந்துகொள்கிறார்கள்... சிலர் தங்களுக்கென்று சொந்தமாக யூட்யூப் சானல்கூட ஆரம்பிக்கிறார்கள். இதுதான் அவர்களுடைய பொழுதுபோக்கு, இப்படிப்பட்ட பொழுதுபோக்கைதான் அவர்கள் விரும்புகிறார்கள்.

பெற்றோர்கள் இதைப் புரிந்துகொள்கிறார்களோ இல்லையோ, ஆசிரியர்கள் புரிந்துகொள்ளத் தொடங்கிவிட்டார்கள். இப்போதெல்லாம் பல பள்ளிகளில் 'இந்தப் பாடத்தை இந்த யூட்யூப் வீடியோவைப் பார்த்துத் தெரிந்துகொள்ளுங்கள்' என்று சொல்லிவிடுகிறார்கள்.

இதேபோல், இந்தியா ஒரு புதிய செயற்கைக்கோளை ஏவுகிறது என்றால், அதுபற்றி நிபுணர்களும் பொதுமக்களும் தங்களுடைய கருத்துகளை உடனுக்குடன் பேசி வலையேற்றுகிறார்கள். ஒரே

விஷயத்தைப் பல கோணங்களில் தெரிந்துகொள்ளமுடிகிறது.

இப்படி யூட்யூப் வெறும் பொழுதுபோக்காகமட்டுமின்றி, எந்தவொரு விஷயத்தையும் தெரிந்துகொள்வதற்கான களமாகிவிட்டது. செய்தியா? யூட்யூபில் வரவேண்டும், விளையாட்டுப் போட்டியா? இசைக் கச்சேரியா? அது யூட்யூபில் லைவாக வரட்டுமே, அரசியல் விஷயமா? அதைப்பற்றி என்னுடைய யூட்யூப் சானல்கள் என்ன சொல்கின்றன? என்னுடைய செல்ஃபோன் வேலை செய்யவில்லையா? அதைச் சரிசெய்வது எப்படி என்று ஏதாவது யூட்யூப் வீடியோ இருக்கிறதா? வேலை தேடவேண்டுமா? நேர்முகத்தேர்வைச் சந்திப்பதுபற்றி நிபுணர்கள் யூட்யூபில் என்ன சொல்கிறார்கள்? வேலையில் சேர்ந்தாயிற்றா? இந்த வேலையை எப்படிச் சிறப்பாகச் செய்வது என்று தெரிந்துகொள்ள ஏதேனும் யூட்யூப் வீடியோ உள்ளதா?... இப்படி இளைஞர்கள் யோசிக்கத்தொடங்கிவிட்டார்கள். மணிக்கணக்காக ஒரு விஷயத்தைப்பற்றி உட்கார்ந்து படிப்பதைவிட, இரண்டு நிமிடத்தில் அதை வீடியோவாகப் பார்த்துத் தெரிந்துகொள்வது அவர்களுக்குப் பிடித்திருக்கிறது.

இதனால், யூட்யூப் இவர்களுடன் எங்கும் வருகிறது. தங்களுடைய விருப்பமான சானல்களை உடனுக்குடன் பார்த்து ரசிக்கிறார்கள், சக ரசிகர்களுடன் உரையாடுகிறார்கள், மேலும் மேலும் நல்ல சானல்களைத் தேடிக்கொண்டே இருக்கிறார்கள், இவர்களே புதிய சானல்களை உருவாக்குகிறார்கள். அதாவது, ஊடகம் என்பது பெரிய சில நிறுவனங்கள் நடத்தி மற்ற மக்கள் பார்ப்பது என்ற நிலை மாறி, மக்களே உருவாக்கி மக்களே பார்ப்பது என்ற நிலை வந்துவிட்டது. அதனை யூட்யூப் முன்னின்று நடத்துகிறது.

ஆகவே, உங்கள் பிள்ளையின் யூட்யூப் ஆர்வத்தை வேறு கோணத்தில் பாருங்கள். அவர்கள் எந்தெந்த சானல்களை அடிக்கடி பார்க்கிறார்கள் என்பதைக் கவனியுங்கள். அந்த சானல்களை நீங்களும் பாருங்கள். இயன்றால், அவர்களுடன் சேர்ந்து பாருங்கள். இதன்மூலம் அவர்களுடைய ரசனை

உங்களுக்குப் புரியத்தொடங்கும். ஒருவேளை புரியாவிட்டாலும் பரவாயில்லை, யூட்யூப் பார்ப்பது நேரவிரயம் / கெட்டவிஷயம் என்ற எண்ணத்தை மாற்றிக்கொள்ளுங்கள், அது புதிய தலைமுறையின் பொழுதுபோக்கு என்பதையும்தாண்டி, அவர்கள் எதையும் தெரிந்துகொள்வதற்கான கருவி அது, அவர்களுடைய முதல் விருப்பமான ஊடகம் அது என்பதைப் புரிந்துகொள்ளுங்கள்.

யூட்யூபில் பல 'கெட்ட' விஷயங்களும் இருக்கின்றன. சட்டவிரோதமான, ஆபாசமான வீடியோக்களும் அங்கே உண்டு. அவற்றை யூட்யூப் கண்டுபிடித்து அவ்வப்போது நீக்கிவருகிறது. அதையும் மீறிச் சில விஷயங்கள் அங்கே இருக்கக்கூடும். ஒருவேளை அவற்றை உங்கள் பிள்ளைகள் பார்க்கிறார்கள் என்றால், நிச்சயம் சுட்டிக்காட்டித் திருத்தலாம். அதற்காக, 'யூட்யூப் என்றாலே ஆகாது' என்று நினைக்கவேண்டியதில்லை. அதனை ஒரு பொழுதுபோக்கு, கல்விச் சாதனமாக, நவீன ஊடகமாகப் பார்க்கலாம். அதிலிருந்து உங்கள் பிள்ளைகளும் நீங்களும் நிறைய கற்றுக்கொள்ளலாம்.

சந்தேகமிருந்தால், யூட்யூபில் நுழைந்து '*My son watches too much of YouTube, What to do?*' என்று தேடிப்பாருங்கள். பல நிபுணர்கள் தோன்றி அறிவுரை சொல்வார்கள்.

உங்கள் பிள்ளைக்கல்ல, உங்களுக்கு!

(ஃபிப்ரவரி 2017)

தெளிவான எழுத்தும் ஆழமான ஆய்வும் நிறைந்த நூல்களுக்காகத் தமிழ் வாசகர்களிடையில் நன்கு அறியப்பட்டுள்ள என். சொக்கன் புனைவு, வாழ்க்கை வரலாறு, நிறுவன வரலாறு, தன்னம்பிக்கை, சிறுவர் இலக்கியம் உள்ளிட்ட துறைகளில் இதுவரை எழுபதுக்கும் மேற்பட்ட நூல்கள், நூற்றுக்கணக்கான கதைகள், கட்டுரைகளை எழுதியுள்ளார். விரிவான ஆய்வுகள், சான்றுகளின் அடிப்படையிலான ஆழமான வரலாற்று நூல்களைத் தமிழில் எழுத இயலும், அவற்றைப் பெரும்பான்மை வாசகர்களுக்குக் கொண்டுசேர்க்கவும் இயலும் என்பதைப் பலமுறை நிரூபித்த எழுத்து வகை இவருடையது.

தமிழ், ஆங்கிலம் ஆகிய இரு மொழிகளிலும் எழுதும் சொக்கனுடைய நூல்கள் ஹிந்தி, கன்னடம், மலையாளம் உள்ளிட்ட பல மொழிகளில் மொழிபெயர்ப்பாகியுள்ளன.

www.ingramcontent.com/pod-product-compliance
Ingram Content Group UK Ltd.
Pitfield, Milton Keynes, MK11 3LW, UK
UKHW042016190726
13854UKWH00005B/2311

9 789395 222167